பீஹாரி

ஆத்மார்த்தி

டிஸ்கவரி புக் பேலஸ்
கே.கே.நகர் மேற்கு, சென்னை-600 078.
(பாண்டிச்சேரி கெஸ்ட் ஹவுஸ் அருகில்)
Mobile: +91 87545 07070

பீஹாரி (குறுநாவல்கள்)
ஆசிரியர்: **ஆத்மார்த்தி**©

Bihari (Short Novels)
Author: **Aathmarthi**©

First Edition: Sep 2018
Pages: 136
ISBN: 978-93-86555-52-6

Discovery Book Palace

6, Mahaveer Complex, Munusamy Salai,
K.K. Nagar West, Chennai-600 078.
Ph: +91 - 44-6515 7525
Mobile: +91 87545 07070

E-mail: discoverybookpalace@gmail.com,
Website: www.discoverybookpalace.com

Rs.130

பீஹாரி

1

இந்த வருடத்தின் ஆகஸ்ட் 12 அன்றைக்கு அரசரடியில் இருந்து பெரியார் நிலையத்துக்குச் செல்லும் பாலத்தின் சைட் ஆர்ச்மீது நின்றுகொண்டு மூன்றரை மணி நேரமாக இறங்காமல் இருந்த வடமாநிலத்தைச் சேர்ந்த ஒருவன் யாராவது பாலத்தின் எந்த முனையிலாவது ஏற முயன்றால் குதித்துவிடுவதா தொடர்ந்து பயமுறுத்திக் கொண்டிருந்தான். தீயணைப்புப் படைவீரர் ஒருவர் சாமர்த்தியமாக அவன் பார்வையில் அடைபடாத வேறோரு விளிம்புவழியாக ஏறி கிட்டத்தட்ட பாலத்தின் மேல்விதானத்தை அடைந்துவிட, அவரைப் பார்த்ததும் அந்த வடமாநிலத்தவன் பாலத்துக்கு வெளிப்பக்கம் குதித்ததில் Power line எனச் சொல்லப்படுகிற உயர்அழுத்த மின்கம்பிமீது உடம்பு உரசி பிணமாகக் கீழே விழுந்தான். அவனுக்குச் வயது சுமார் இருபத்தி ஐந்து இருக்கலாம். அப்போது சரியாக மணி 05:20:14

பார்த்துக்கொண்டிருந்த க்ரவ்டில் ஒருசிலர் கொஞ்சம் தள்ளி விழுந்திருந்தால் பிழைத்திருப்பானென்று உச்சுக்கொட்டினார்கள். மதுரைபோன்ற செமி நகரங்களில்

இதுபோன்ற சிச்சுவேஷன்களை சமாளிக்கத் தேவையான வலை இத்யாதிகள் அவ்வளவாய் இருப்பு இருப்பதில்லை என்று குறைப்பட்டுக் கொண்டார் ஒரு வயோதிகர்.

பாலத்தின்மேல் தங்கள் டூவீலர்களை பார்க் செய்துவிட்டு நடந்த சம்பவத்தை வேடிக்கைபார்த்த பலரும் மெல்ல கலையத் தொடங்கினர். 3GB RAM Duocore Processor lolipop version கொண்ட Android 2. 1. 1 3G/4G Cell phone™ அந்த பீஹாரியின் மிகச்சரியான கடைசி இரண்டேகால் நிமிட விடியோ பதிவு வாட்ஸ்-அப்பில் தனது பயணத்தைத் தொடங்கியது."If you dont mind" எனக்கும் அதை அனுப்பமுடியுமா" என்று கேட்டு வாங்கிக் கொண்டவன், "I am Aravind. Nice to meet you" என்று கை கொடுத்தான். பதிலுக்குத் தன் பெயர் சொன்ன வீடியோ எடுத்தவனிடம், "நீங்க எங்க ஓர்க் பண்றிங்க?" என்று கேட்க, அவர்கள் பேச ஆரம்பித்தார்கள். டூ வீலர்களும் கார்களும் நடைமாந்தர்களும் குழுமியபடியே கலைந்து செல்வதில் ஏற்பட்ட நெரிசலை அதட்டி அதட்டி ஒழுங்குபடுத்த ஆரம்பித்தார்கள் ட்ராஃபிக் போலீஸார்.

"ரொம்ப ரொம்ப ட்ரை பண்ணோம் சார். பட் எல்லாம் வேஸ்ட். ஆளு போயிட்டான்" என்று, யாரோ யாருக்கோ தகவல் சொன்னார்கள்.

அங்கே குழுமியிருந்தவர்கள் எடுத்த வீடியோக்களில் மேற்சொன்ன வீடியோதான் ஆகச்சிறந்த Resolution உடனும், விழுந்தவனை கொஞ்சம் நெருக்கமாகக் காட்டுகிறதாகவும் இருந்தது. அந்த வீடியோ, வாட்ஸப்பில் அந்த மாலைப்பொழுதில் மாத்திரம் மொத்தம் ஆயிரத்து எண்ணூற்று பதினேழு பேர்களுக்கு ஷேர் செய்யப்பட்டது. லோகல் சானல் ஒன்று அதை, சம்பவத்தைக் கண்ணுற்ற ஒருவர் எடுத்த வாட்ஸப் பதிவு என்று சொல்லி ஆறு மணி நியூஸில் காட்டியது.

அவன் ஒரு பீஹாரி. பாதிமடித்த எக்ஸ்போல சரளைக் கற்களுக்கு அருகாமையில் கிடந்த அவன் எழுந்துகொள்ளப் போகிறான் என்று நம்பிய சிலர் காத்திருந்தார்கள். அவன் எழுந்திருக்கப் போவதில்லை. சொல்லப்பட்டு வரவழைக்கப்படுகிற ஒரு வாகனத்தில் சற்று நேரத்தில்

அவனது பிரேதம் ஏற்றப்படும். அதுவரை மேலுங்கீழுமாய் சற்று அலையலாம் அவனது ஆத்மாவைப் போல.

அந்த பீஹாரியைப் பற்றிய அனுமான ஊகத் தீர்மானங்கள், சத்திய சாட்சியப் பிரமாணங்கள், அவதான துல்லிய அபிப்ராயங்கள் இவ்வாறாக ஆரம்பித்தன.

1. அந்த பீஹாரி ஒரு குடிகாரன். அவன் குடிபோதையில் தன்னை ஒரு மாபெரும் சிலந்தி என்று கற்பனை செய்துகொண்டு ஆகாய மார்க்கமாகப் பாதாளம் சென்று நரகத்துக்குள் புகுந்துகொண்டான் என்றார் ஒருவர். அவருக்குக் குடிப்பழக்கம் கிடையாது. பாக்குப் போடுவார். உடன் வேலைபார்க்கிறவர்களிடம், தன் கல்லூரிக் காலத்தில் தனக்கொரு காதலி இருந்ததாகவும், அவள் பார்க்கிறதற்கு நடிகை சுமலதாபோல இருப்பாள் என்றும் தொடர்ந்து நம்ப வைப்பவர். சுமலதா நடித்த படங்ளில் சிலவற்றைத்தான் பார்த்திருக்கிறார். ரசிகர் இத்யாதி எதுவும் கிடையாது. என்றாலும் தனக்கென ஒரு ரகசிய பாவ இச்சையால் இவ்வாறு தொடர்ந்து சொல்லிக் கொண்டிருப்பவர்.

2. அந்த பீஹாரி ஒரு காதல் தோல்வியாளன். இதற்குமேல் வேறு என்ன சொல்லவேண்டியிருக்கிறது என்றார் ஒருவர். அவர் முன்பொரு சாமியாரின் தீவிர பக்தராக இருந்தவர். அந்தச் சாமியார் ஓரிரவு இறந்துபோன பிற்பாடு, மெல்ல அந்த ஆன்மீக அமைப்பிலிருந்து தன்னை விடுவித்துக் கொண்டவர். இப்போது திடகாத்திரமான இன்னொரு சாமியாரை ஆண்டவன் அவதாரம் என்று நம்பத் தொடங்கியிருக்கிறார்.

3. 34 வருடங்களாக ஒரே ஆஃபீஸில், ஒரே இடத்தில், ஒரே நாற்காலியில் வேலை பார்த்து, காற்று பிரித்துக்கொண்டிருக்கும் ஒருவர் (இல்லற ஞானி) (*3+3=6* குழந்தைகள்) 'அவன் ஒரு பைத்தியக்காரன்' என்றார்.

உண்மையில், அந்த பீஹாரி ஒரு பீஹாரி. மற்றபடிக்கு, அந்த பீஹாரி ஒரு கூட்டிக் கொடுப்பவன், ஒரு திருடன், ஒரு பிள்ளை பிடிப்பவன், ஒரு கொள்ளைக்காரன், ஒரு பித்தலாட்டக்காரன், ஒரு கஞ்சா வியாபாரி, ஒரு சாராயம் காய்ச்சுபவன், ஒரு போதகன், ஒரு கெட்டவன், ஒரு ரொம்பக்

கெட்டவன், ஒரு கற்பழிப்பவன், ஒரு வசியக்காரன், ஒரு சூனியக்காரன், ஒரு பயங்கரவாதி, ஒரு தீவிரவாதி, டாஷ் மதத்தை டாஷ் ஜாதியைச் சேர்ந்த அவன், மொத்தத்தில் ஒரு டாஷ்... என்றெல்லாம் கருத்துகள் அலையத் தொடங்கின.

"உண்மையில், மதம் என்பது ஒரு சுருக்குக்கயிறு. ஜாதி என்பது உயிர் உறிஞ்சும் திரவம். பேராசை என்பது சரிக்குச் சரி விஷம். மொழி என்பது சகலபுறங்களிலும் கூர்தீட்டப்பட்ட, கைப்பிடியற்ற கத்தி. ஆம்; மொழியென்பது கத்தி."

2

மிகச்சரியாக 25 மீட்டர்கள் தள்ளி இது நடந்திருக்குமேயானால், தன் ஸ்டேஷன் லிமிட்டில் இது வந்திருக்காது என்று குறைபட்டுக்கொண்ட SI (மூன்று மாதங்களுக்கு முன்னால் ஏட்டாக இருந்தவர், நான்கு மாதங்களில் ரிட்டையர் ஆகப் போகிறவர்) "இந்த எளவெடுத்தவன் இங்கதான் வந்து குதிக்கணுமாக்கும்" என்று, தொப்பியைக் கழற்றி கர்ச்சீஃபால் வழுக்கைத்தலை வியர்வையை முழுவதுமாக துடைத்துக் கொண்டார்.

தன் ஹெல்மெட் வெய்சரைக் கழற்றியபடியே "What happened actually?" எனக் கேட்ட லூஸ் ஹேர் யுவதி, சற்றுமுன் மரித்த அவனுக்காக 'உச் உச் உச்' என்று மூன்று தடவை பரிதாபப்பட்டு, மீண்டும் சாக்ஸ் போன்ற உறை அணிந்த கையால் முறுக்கிக்கொண்டு விருட்டென்று கிளம்பிப் போனாள். எதற்கும் இருக்கட்டுமென்று அவளுக்குப் பதில் சொல்லுமளவு ஆங்கிலம் தெரியாத மருந்து விற்பனைப் பிரதிநிதி (பெயர், சீனிவாச ராகவன், ஃபேஸ்புக்கில் விளாச்சேரிக்காரன் என்ற பெயரில் இருப்பவர்) முன்சென்ற யுவதியின் வண்டி நம்பரை மனப்பாடம் செய்துகொண்டே, அவள் சென்ற எல்லீஸ் நகர் பாலத்தின்வழியாக, வழிவிடாதவர்களைச் சபித்தபடி இன்னும் 8 மாதம் ட்யூ பாக்கி இருக்கும் தனது ஸ்டார் சிட்டி பைக்கில் துரத்திக்கொண்டு போனார்.

முழங்காலுக்குமேல் வேஷ்டியை மடித்துக் கட்டிக்கொண்டு, கட்டைப் பை நிறைய காய்கறியை முன்புறம் வைத்து கைனட்டிக் ஹோண்டாவை எப்படி வெளியே எடுப்பது என்று தெரியாத, சட்டையின்மேல் பொத்தான் திறந்து பனியனுக்கும் மேலாக துருத்திக் கொண்டிருக்கும் பூணூலை ரியர்வ்யூ கண்ணாடியில் பார்த்தவுடன் அதை உடம்பாழத்தில் தள்ளி மேல்பட்டனைப் போட்டுக்கொண்ட அந்தக் காலத்து ராஜேஷ்கண்ணா ஜாடையில் தான் இருப்பதாக நம்பும், அதற்காகவே கடந்த முப்பது வருடங்களாக டெய்லி ஷேவிங்கும் கட்டாய மீசை மழித்தலும் செய்துகொள்கிற அந்த மனிதர் "கொஞ்சம் வழிவிட்டா நான் போய்டுவேன். கொஞ்சம் வழிவிட்டா நான் போய்டுவேன்..." என்று சகல திசைகளிலும் ப்ரார்த்தித்துக் கொண்டிருந்தார்.

சற்றுத் தாமதமாக வந்துசேர்ந்த மாலைப் பத்திரிகையொன்றின் ரிப்போர்ட்டர் (ஆரம்பத்தில் விற்பனைப் பிரதிநிதியாக வேலை பார்த்தவர். பிறகு சர்க்குலேஷனில் ஆறு வருடங்கள். அதன் பிற்பாடு மதுரை ஏரியா ரிப்போர்ட்டர் வேறு வாரப் பத்திரிகைக்குப் போய்விட ஏற்பட்ட வெற்றிடத்தை இவரைக் கொண்டு நிரப்பிக் கொண்டார்கள். அவர் வேலைபார்க்கும் பத்திரிகையும் வேறு நல்ல ஆளைப் பார்த்துக் கொண்டிருக்கிறது. இவரும் வேறொரு நல்ல வேலையைப் பார்த்துக் கொண்டிருக்கிறார். வண்டியில் ப்ரெஸ் என்று கொட்டை எழுத்தில் முன்னும்பின்னுமாய் ஸ்டிக்கர் ஒட்டியிருப்பவர்.) கூட்டத்திலிருந்தவர்களிடம் "லவ் ப்ரச்சனையா? கடன் தொல்லையா? வேறெதுமா? சூஸைடா? ஆள் காலியா? உயிர் இருக்கா? ரெஸ்க்யூ பண்ண முடியலியா? எத்தன நேரம் ஆச்சு? ஃபயர் டிபார்ட்மெண்ட் வந்தாங்களா? போலீஸ் எதும் த்ரெட்டென் பண்ணிச்சா?" என்று, ஒன்றுக்கொன்று தொடர்பற்ற கேள்விகளை டூப்ளிகேட் சாவி தயாரிக்கும் பூட்டு ரிப்பேர்க்காரனைப் போல கேட்டபடி இங்கும் அங்கும் நடந்துகொண்டிருந்தார்.

பெரியார் நிலையத்திலிருந்து எல்லீஸ் நகர் போகும் ஒரு பாலம், அரசரடியிலிருந்து மாப்பாளையம் வந்து, மாப்பாளையத்திலிருந்து பெரியார் பஸ் நிலையம் ஏறும்

மறு பாலம், இவ்விரண்டுக்கும் நடுவில் ஜாயிண்ட் ஆகும் இணைப்பு அந்தப் பக்கம் Side arch ல் ஏறி குறுக்கே நடந்து, இந்தப் பக்கம் Side arch வரைக்கும் வந்து கிட்டத்தட்ட 3 மணிநேரங்கள், ஏழெட்டு முறை செல்ஃபோனில் அந்த மனிதன் யாரிடமோ பேசிக்கொண்டிருந்தான் என்றும், அதில் ஓரிரண்டுமுறை கோபமாக அவனே கட் செய்தான் என்றும், இடையில் ஒருமுறை அழுதான் என்றும், திரும்பத்திரும்ப செல்லை எடுத்து "கால்" செய்ய முயற்சித்துக் கொண்டிருந்தான் என்றும், கடைசிவரை பேசித் தோற்றதினாலேயே அவன் தற்கொலை விளிம்புக்குத் தள்ளப்பட்டிருந்தான் என்றும், கொஞ்சம் முயன்றிருந்தால் காப்பாற்றியிருக்கலாம் என்றும் 'மூங் தால்' பாக்கெட்டின் ஓரத்தைப் பிரித்து கொஞ்சம் கொஞ்சமாகத் தின்றுகொண்டே சொன்னவரிடம், "தேங்க்ஸ்ங்க... தேங்க்ஸ்ங்க..." என்றபடி சுருக்கெழுத்தில், பட விழாக்களில் திரையிடுவதற்காக நாலைந்துபேர் கைக்காசு போட்டு எடுக்கும் 'ஆத்ம திருப்தி' குறும்படம் ஒன்றின் திரைக்கதை வசன பேப்பர்போல குழப்பிக் குழப்பி குறித்துக்கொண்டார் நிருபரானவர்..

அவன் பேசியது ஹிந்திதான் என்று ஒருவர் சொல்ல முற்பட, "அ..." என்றபடியே, இப்போது முழுவதுமாக வழி கிடைத்துவிட்ட முருங்கைக்காய் முழங்கால் வேஷ்டி அம்பிமாமா, "எல்லாத்தையும் ஹிந்தின்ருவீங்களா? 67க்கப்புறம் ஹிந்தியே வேணாம்னு சொன்னதோட வினை ஸார் இது. நான் ஹிந்தில ப்ரவீன் (பச்சைப் பொய். அவரல்ல அவர் வீட்டு அம்மாள்தான் ப்ரவீன். நெடுங் குடும்பஸ்தத்தில் மொத்தம் நூறு ஹிந்தி வார்த்தைகளுக்கான அர்த்தம் தெரியும் மாமாவுக்கு). அது கண்டிப்பா ஹிந்தி கிடையாது" என்றவாறே புறப்பட்டுப் போனார்.

3

"ஹிந்தியோ, எதுவோ. அவனுக்கு சுத்தமா தமிழ் தெரியல. அவன் பேசுனது எதுவும் ரெஸ்க்யூ பண்ண

வந்தவங்களுக்குப் புரியல. ஆனாலும் சைகையிலயே பேசுனதெல்லாம் அவனுக்குப் புரிஞ்சுது. அவனக் கீழ எறங்குன்னு எத்தனையோ சொல்லியும் அவன் கேக்கல. அந்த மொத்தப் பாலத்தோட ஆர்ச்சோட எந்தப் பக்கத்துலயும் யாராவது ஏறி வராங்களான்னுதான் அவன் கவனிச்சுட்டே இருந்தான். ஏற ஆரம்பிச்ச உடனே அவன், யார் கைலயும் மாட்டிறக்கூடாதுன்னு கீழ குதிச்சிருக்கணும்", தன் வலதுகையை நீட்டி "இப்டி குதிச்சதுக்குப் பதிலா" இன்னொரு பக்கம் நீட்டி, "இப்டி குதிச்சிருந்தா தப்பிச்சிருப்பான். இது ப்யூர் ஆக்ஸிடெண்ட் சார். பவர்லைன்ல பட்டதுனாலதான் அவன் செத்துட்டான். இதுவே சாதாரண லைன்னாகூட பொழச்சிருப்பான்." என்று, எட்டிப் பார்த்து "இதுதான் பவர்லைன்" என்று சொன்னவர், தமிழ்நாடு ஈ.பி.யில் குமாஸ்தாவாக இருந்து விருப்பஓய்வு பெற்றவர். "இங்க எதுக்கு சார் பவர்லைன் போகுது?" என்று, தனக்கு அருகாமையில் எட்டிப் பார்த்தவர் கேள்வியிலிருந்த அறியாமையை ரசித்துக் கொண்டே, "என்ன சார் இப்படி கேக்கறீங்க? இந்தப் பாலமே கீழ போற தண்டவாளத்துக்குமேல ட்ராவல் பண்ணத்தான். கூப்புடற தூரத்துல ரயில்வே ஸ்டேஷன். எவ்ளோ பவர் நீட் உள்ள இடம்? வீட்டுக்கு குடுக்கிற கரண்டு போதுமா? பவர் லைன் வேணாமா?" என்று Technical know how தானம் செய்து திருப்தியடைந்தார்.

இன்னும் ஒரு செல்ஃபோன் நுகர்வோர் தனக்கு வந்த Call¬ஐ attend செய்த மாத்திரத்தில், "செத்தே பூட்டான்" என்றவாறே, "சும்மாவா சொன்னார் பட்டினத்தார், 'நட்ட குழி, தொட்ட முலை'ன்னு. இவன் லவ் பண்றேன்ருக்கான்போல. அவ மாட்டேன்ருக்காபோல. இவன் நீ லவ் பண்ணலேன்னா செத்துருவேன்ருக்கான்போல. அவ என்ன சொன்னாளோ? செத்துட்டான்போல..." என்றார்.

பாலத்துக்குக் கீழே மதுரை ஸ்டேஷனிலிருந்து அழகப்ப நகர், பைகாரா, பசுமலை, திருப்பரங்குன்றம் வழியாக திருமங்கலம் நீளும் இருப்புப் பாதைக்குப் பக்கவாட்டில், தரையில் முகம் மோதிக் கிடந்த பிரேதம், தற்போது புரட்டப்பட்டு

துணியால் போர்த்தப்பட்டிருந்தது. மதுரை அரசினர் ராஜாஜி மருத்துவமனை மற்றும் மருத்துவக் கல்லூரி உடற்கூறியல் துறை கட்டுப்பாட்டின் கீழ் இயங்குகிற குளிர்சாதன ப்ரேதப் பரிசோதனை அறையுடன் கூடிய செயல்முறை ஆய்வகத்தின் பக்கவாட்டில் இருக்கக்கூடிய பிணவறைக்குக் கொண்டுசெல்வதற்கான ஆரம்பகட்ட முஸ்தீபுகளில் ஊழியர்கள் ஈடுபட்டுக் கொண்டிருந்தார்கள். வாகனம் நிற்கும் இடம் வரைக்கும் ப்ரேதத்தைக் கொண்டுசென்றவர்கள் கழன்றுகொள்ள, வாகனத்தை ஓட்டிவந்தவனிடம் Stretcherல் பிணத்தை ஏற்றிய உதவியாளன், "இன்னிக்கு காலைலேருந்து இது நாலாவதுபா" என்றான். "இந்திக்காரனா?" எனக் கேட்ட ட்ரைவரிடம், "இருக்கும். மூஞ்சி ரொம்பக் கருத்துருச்சு..." என்றவனிடம், அடுத்தவன் கரண்டு தின்னா கருக்காதா? என்றவாறு கதவைப் பூட்டிக்கொள்ள அந்த வாகனம் யூ அடித்துக் கிளம்பியது.

இறந்துபோன பீஹாரியின் உடலில் அணிந்திருந்த ஆடைகளைத் தவிர, இடுப்பில் ஒரு கருப்புக் கயிறு, வலதுபுறப் பாக்கெட்டில் பாதி உபயோகித்து மீதி இரண்டாக மடிக்கப்பட்ட ஹான்ஸ் புகையிலை (இந்தியாவில் சிகரெட்டைத் தவிர மற்ற அனைத்துவகையான புகையிலைப் பொருட்களும் தடை செய்யப்பட்டிருக்கின்றன), நான்கு *10* ரூபாய் நோட்டுகள், இரண்டு *20* ரூபாய் நோட்டுகள், இரண்டு *100* ரூபாய் நோட்டுகள் மற்றும் ஒரு *500* ரூபாய் நோட்டு ஆகியன கைப்பற்றப்பட்டன. Bank of Baroda வங்கியின் ATM கார்டு ஒன்றும், தேசம் முழுவதிலும் பெரும்பாலும் வழங்கப்பட்டுவிட்ட ஆதார் கார்டு ஜெராக்ஸ் ஒன்றும் இருந்தன. அந்த ஆதார் கார்டுப்படி, அவன் ஒரு பீஹாரி. மதுரைக்கு பிழைப்புத் தேடிவந்தவன் மற்றும் சாவதற்காக வந்தவன்.

பாலத்துக்கு மேலே இப்போது பெரும்பாலும் கூட்டம் கலைந்து சென்றுவிட, பாக்கி இருந்த நாலைந்துபேர்களில் "வேற ஸ்டேட்காரங்களால ஆயிரம் பிரச்சனை சார். பானி பூரி விக்கறவன், பெயிண்டரு, சலூன்ல வேல பாக்கறவன், ஹோட்டல்ல சர்வரு, இப்டின்னு நாலு பொழப்புக்காக

வராங்க. நாமளும் 'யாதும் ஊரே யாவரும் கேளிர்'னு எடம் குடுத்துடறோம். நாளடைவுல லோக்கல் க்ரிமினல்ஸோட சேர்ந்துக்கிட்டு செயின் அறுக்கறது, கொள்ளை அடிக்கறது, கொலை பண்றது ஃபுல்லா இவங்கதான் பண்றாங்க. நாமளும் கர்நாடகாக்காரங்க மாதிரி உருத்தா, ஒற்றுமையா இருந்திருந்தோம்னா இவிங்களால வந்திருக்கவே முடியாது. நமக்குள்ள ஒற்றுமை இல்ல. இல்லியா சார்...” என்று சொன்னவர், “எதோ கொள்ளை டீலிங்லதான் இவன் செத்திருக்கணும்” என்று சொல்லிக் கொண்டார்.

4

பீஹார் இந்தியாவுக்குள்தான் இருக்கிறதா? பீஹாரிகள் கூலிகள். எல்லா கூலிகளும் பீஹாரிகள் அல்ல. தமிழகத்தில் பெரும்பாலான வடமாநிலத்தவர்கள் பல படிநிலைக் கூலிகளாக, பற்பல தொழில்களில் ஈடுபடுகிறார்கள், தேவைப்படுகிறார்கள். தேவை உருவாகிற இடம் நோக்கி வரவழைக்கிற பெருங்கூட்டம், பெயரற்றதும் சிலசமயங்களில் உயிரற்றதுமாகிறது. எண்ணிக்கையிலேயே இயங்குகிற வியாபார கணிதம் அது.

அந்த நாலைந்துபேர்களில் ஒருவன் சொன்னாற்போல், எங்கெங்கும் வடமாநிலத்தவர்கள் பலரும் நிரம்பித்தான் இருக்கிறார்கள். எங்கெல்லாம் கூலி குறைவாக வழங்கவேண்டிய நிர்பந்தம் நேர்கிறதோ அங்கெல்லாம், இருப்பதிலேயே சமரசம் அதிகம் செய்துகொள்கிறவர்கள் தேவைப்படுகிறார்கள். பெரிய பிராண்டிங்குகள் லேபர் ஆக்ட் மற்றும் லோக்கல் அரசியல் தொல்லைகளுக்காகத் தங்களுக்கு இணக்கமான தொழிலாளர்கள் இருப்பது தொழிலாதாரம் என்று எண்ணத் தொடங்கியது தொண்ணூறுகளின் பிற்பகுதியில். கடந்த இருபது ஆண்டுகளில், கெட்டிக்கார முதலாளிகளின் பொறுமையான காய்நகர்த்தல்கள் கொஞ்சமும் கொடி தூக்காத மனிதர்களாக பார்த்துப் பார்த்து, தங்கள் வியாபாரத்தலங்களில்

அமர்த்திவிட்டது என்னவோ நிஜம். ஒருபுறம், மூடப்பட்ட தொழிற்சாலைகள் மறுபடி திறக்கப்படவே இல்லை. ஆலைகள் லேண்டுகளாக மாற்றப்பட்டு விற்கப்பட்டன. விளைநிலங்களைவிடவும் நல்ல விலைக்குப் போன ரியல் எஸ்டேட் வியாபாரம், மூடப்பட்ட ஆலைகளைச் சரித்து உருவாகியது. மறைமுகமாக ஒரு தொழிலாளர் சமூகம் வெவ்வேறாக சிதறப்பட்ட பிறபாடு நிகழ்ந்தேறிய சூட்சும வியாபாரம் அது. இன்னொருபக்கம், ஒவ்வொரு நகரமும் தன்னால் செரிக்கமுடியாத மேலதிக மானுட நுழைதலை தனக்கடுத்தாற்போல் இருந்த நிலத்தின்பால் தள்ள முயன்றபடியே தனக்கடுத்த நகரத்தை, நகரங்களை நோக்கியும் திருப்பிவிடப் பார்த்தது.

பனியாக்களும், ராஜஸ்தானி மார்வாடிகளும், குஜராத்திகளும் தங்கள் குடும்ப வியாபாரங்களுக்கான கடைக்கோடி டீலர்ஷிப் வரைக்கும், தங்கள் இனம்சார்ந்த டீலர்களையே எதிர்பார்த்தார்கள். அப்படியான மிதசெல்வந்தர்கள், கன்னியாகுமரி வரைக்கும் அந்தந்த வியாபாரங்களின் டீலர்களாக, அந்தந்த வட்டாரத்திலேயே மூன்று தலைமுறைதாண்டி வாழ்ந்துவருவது சாதாரணம். ஆண்டுக்கொருமுறை ராஜஸ்தானுக்குச் சென்று வருவதும்கூட படிப்படியாகக் குறைந்து போய், இழவுக்கும் கலியாணத்துக்கும் மாத்திரம் அந்தத் திசையை ஒதுக்கிவிட்டவர்களும் நிறையப்பேர். இந்தத் தொழில்கள் எல்லாம் கனகாம்பரம், மல்லிகைபோல் ஒழுங்கான மனிதர்கோர்த்த மாலைகள் போன்றவை. இப்படியானவர்களின் சகல பணியாளர்களுமே சொந்தபந்தங்கள் அல்லது சுயசாதிக்காரர்கள் குறைந்தபட்சம் சொந்த நிலத்தில் இருந்து தருவிக்கப்பட்டவர்கள். அவர்கள் பாடெல்லாம் சுபிட்சமாகத்தான் இருந்தது. தென் நிலத்தின் ஏதோ ஒரு தேவையைத் தொடர்ந்து நிர்வகித்து தீர்த்துத்தருகிற தொழில்களைப் புரிந்த எல்லோரும் தொடர்ந்து இங்கேயே வாழ்ந்து இந்த நிலத்தைத் தத்தெடுத்துக் கொண்டார்கள். தப்பும் தவறுமாய் தமிழ் பேசினாலும் கெட்ட வார்த்தைகளும் குளிர்விக்கக்கூடிய நல்ல வார்த்தைகளும் தனித்தனியே உபயோகிக்கத் தெரிந்தவர்களாக இருந்தனர்.

பிரச்சினை, பாலம் போடுகிற பெரும் காண்டிராக்ட் நாடு முழுமைக்குமான ஃபோர் வே, சிக்ஸ் வே காண்டிராக்ட்கள் தொடங்கியதில் அதிகமானது. நாட்டின் மாநிலங்கள் அத்தனையிலும் வேறுவேறாய் தெரிகிற சாலைகள் அநேகமும் பீகாரிகள், மிஜோரம், சதீஸ்கர், நாகலாந்து, மணிப்பூர் போன்ற சில வளரா மாநிலங்களைச் சேர்ந்த கூலிகளாலேயே மெத்தப்பட்டவை என்பது தெரியத் தேவையற்ற ரகசியம்போல ஆகிப்போனது. பானிபூரி விற்பவர்கள், சலூன் ஸ்பாக்களில் வேலை பார்ப்பவர்கள் என பிற தொழில்களில் ஈடுபடுகிறவர்கள், அந்தந்த தொழிற்தலங்களில் நேர்கிற காலியிடங்களைப் பெரும்பாலும் தத்தமது ஊர்க்காரர்கள் அல்லது உறவுக்காரர்களைக் கொண்டே ஃபில்அப் செய்ய விரும்புவது ஒருபுறம். டோல்கேட் பாலம் கட்டுவது, ரயில்வே சப் காண்டிராக்ட் சுரங்க வேலை எல்லாவற்றுக்கும் மேலே, ஒரே பாரதம் அகண்ட பாரதம் என்று நாற்கர சாலைகளின் உருவாக்கத்தில் பெரும்பாலும் எதிர்ப் பேச்சற்ற கூலிகள் வாழ்வகை அற்றவர்கள்தான் தேவைப்பட்டார்கள். கட்டடங்கள் நொறுங்கிச் செத்தவர்கள் பலர். பாலத்திற்கான மண் அகலப்படுத்துகிறபோது காணாமற்போனவர்கள் பலர். இவர்கள் யாரும் எண்ணிக்கை அளவில்கூட செய்திகளில் இடம்பெறுவதில்லை. தங்கள் நிலத்தில் தேடுவதற்கும் திரும்புவதற்கும் அநேகமாக யாருமற்ற கூட்ட அனாதைகள் என்றே இவர்களைச் சொல்ல வேண்டியிருக்கிறது. அப்படியானவர்கள், வந்த இடத்தில் நொறுங்கியோ, புதைந்தோ செத்தால்கூட வெளியே தெரியாமல் போய்விடுவார்கள்.

5

மதுரை மேம்பாலத்தில் இருந்து குதித்த பீகாரி, அந்தக் கொடுப்பினை இல்லாதவன்.

6

அவன் பெயர் ஸோ அண்ட் ஸோ. அப்படியே இருக்கட்டும். அவன் மதுரைக்கு வந்து மிகச்சரியாக எண்பத்தியேழாவது நாள் செத்துப் போனான். அவன் செத்ததற்குக் காரணம், சாவதற்கு முந்தைய கணம் வரைக்கும் விடாமல் செல்பேசியில் பேச முயன்றுகொண்டே இருந்த ஒரு பெண். அவளும் பீகாரைச் சேர்ந்தவள்தான். மதுரையில் இருக்கிற ஒரு மல்டி சிடி பிராண்டட் ஸ்பா ஒன்றில் அழகுக்கலைஞியாக வேலைபார்ப்பவள். அந்த ஸ்பாவின் ஃப்ராஞ்சைசை நடத்திவருபவர் பெயர் சர்வதத்தன். அவரொரு புத்திஸ்ட். மதுரையில் இருக்கக் கூடிய சொற்ப புத்திஸ்டுகளில் அவரும் ஒருவர். அவரது கொள்ளுத் தாத்தா, நூற்றி முப்பத்தி எட்டு வருடத்துக்கு முன்னால் மதுரையில் ஒரு ஸ்வீட் ஸ்டாலில் வேலைக்குச் சேர்ந்தவர். அவரது தாத்தா, இரண்டாம் உலகப் போரின்போது தொழிலில் நொடித்து தற்கொலை செய்துகொண்டார் என்றும், ஊரைவிட்டு ஓடிப்போனார் என்றும் இரண்டு கதைகள் சொல்லப்பட்டு வளர்ந்தவர் அவரது தகப்பனார். எல்.வீ.எஸ். கம்பெனியில் காண்டீன் உரிமை கிடைத்து ஓஹோ என்று உயர்ந்தவர். சர்வதத்தனுடன் பிறந்தவர்கள் எட்டுப்பேர். அவரைத் தவிர மற்ற அனைவரும் வடக்கேயும், அமெரிக்கா, ஆஸ்திரேலியா என்றும் ஸெட்டில் ஆகிவிட்டார்கள். சர்வதத்தன் மாத்திரம், மதுரையை விட்டுப் போக மனமில்லாமல் நெடுங்காலம் ஒரு பிஸ்கட் கம்பெனியின் ஸ்டாக்கிஸ்டாக இருந்தவர். ஒன்றரை ஆண்டுகளாகத்தான் இந்த ஸ்பாவை ஆரம்பித்து நடத்தி வருகிறார். கையைக் கடிக்கவில்லை. பெரிய சம்பாத்யம் இல்லாவிட்டாலும் முதல் கெடாத தொழில். எப்படியும் நாளை மறுநாள் பெரிதாக ஜெயித்துவிடலாம் என்கிற லாகிரி வாசனையை எப்போதும் தோற்றுவித்துக்கொண்டே இருக்கும் தொழில். பரவாயில்லை. அவருக்கு நிம்மதியான தொழிலாக அதுதான் இருக்கிறது.

எஸ்.எஸ்.காலனியில் பெரிய வீடு சர்வதத்தனுக்கு சொந்தமாக இருக்கிறது. அவரது மனைவி ஒரு டாக்டர். அரசாங்க மருத்துவர். தனி பிராக்டீஸ் கிடையாது. டோக் டோக்காக அவரது சம்பளம் குடும்பத்தை செழிக்கச் செய்தது. சர்வதத்தன் இந்த ஸ்பாவை பைபாஸ் ரோட்டில் நடத்துகிறார். ஒத்தி கட்டடம். வாடகை பிரச்சினை இல்லை. வேலைபார்க்கிற ஸ்டைலிஸ்ட்டுகளை பிராண்ட் கம்பெனியே ட்ரெய்ன் செய்து அனுப்பிவைத்துவிடுகிறது. அவர்கள் தங்குவதற்கு இரண்டு வீடுகள். வெவ்வேறு இடங்களில் நாலு பெண்கள், நாலு ஆண்கள் என தங்கி வேலை பார்க்கிறார்கள். அவர்களில் ஒருத்திதான் ஸோனாஷி என்னும் பீஹார் பெண். வந்து ஒரு வருடமாயிற்று. நல்ல வேலைதெரிந்த கரங்கள் கொண்டவள். மசாஜ் செய்வதில் சமர்த்து. பெண்கள் பெண்களுக்கும், ஆண்கள் ஆண்களுக்கும் மசாஜ் செய்வதுதான். அதில் அவளுக்கென நிறைய கஸ்டமர்களை உருவாக்கி இருந்தாள். அப்படியான ஸோனாஷியை ஒருமுறை முடிவெட்ட வந்தபோதுதான் கண்டுகொண்டான், நம் நாயகன் ஸோ அண்ட் ஸோ.

காதல் என்று அவன் கற்பனை செய்துகொண்டானா, இல்லை நிஜமாகவே அவளும் காதலித்தாளா என்பதில் ஒரு சின்ன குழப்பம் இருந்தது. உண்மையில், இரண்டுபேரும் வேலை பார்த்த இடங்களின் இடைதூரம் மூன்று கிலோமீட்டர்கள் மாத்திரமே. வரப்போகும் ஒரு நெட்வொர்க்கிற்காக ஃபைபர் ஆப்டிகல் கேபிள் பதிக்கும் காண்டிராக்ட்டில் பள்ளம் தோண்டப்பட்ட பிற்பாடு, கேபிளைப் பதிக்கிற வேலையில் ஹெல்பராக வேலை பார்த்து வந்தவன் ஸோ அண்ட் ஸோ. ஒரு நாளைக்கு பத்து டூ பன்னிரெண்டு மணி நேர வேலை. கொஞ்சம் சம்பளம் பரவாயில்லை. தங்குமிடங்களும் ஆங்காங்கே டெண்ட் அடித்து இருக்கும். பெருநகர மையங்களில் ஹோட்டலில் அறை இருக்கும் என்றாலும் வாரம் ஒரு நாள் ரெஸ்ட். அன்றைக்கு மாத்திரம்தான் ரூமுக்குப் போகவர முடியும். இவர்கள் வேலைபார்க்கிற பசங்கள் அட்ஜஸ்ட்மெண்டில் ஒவ்வொருநாளும் மூன்று மணி நேரங்கள் அதிகம் பார்த்துப் பார்த்து, ஐந்து நாள் வேலை

ரெண்டு முழு நாள் ரெஸ்ட் என்று ஆக்கிக் கொள்வார்கள். அப்படியான அட்ஜஸ்ட்மெண்டில் கிடைக்கும் இரண்டு தினங்களில் இரண்டாவது தினம் முழுவதும் குடித்துவிட்டோ, குடிக்காமலோ தூங்கி வழிவதற்காக உடம்பு ஏங்கும்.

முதல் நாள் மாத்திரம் டிப்டாப்பாக ட்ரெஸ் செய்துகொண்டு அதிகபட்சம் ரெண்டுபேராக கிளம்பி, நடந்தே அந்தந்த நகரங்களை, கொஞ்சம் தெருக்களையாவது பழக்கம் செய்துகொள்வார்கள். கோயமுத்தூர், விழுப்புரம், கடலூர், பாண்டிச்சேரி இப்போது மதுரை. ஸோ அண்ட் ஸோவுக்கு நெருக்கமான நண்பர்களே கிடையாது. அவனொரு மனிதப்பூச்சி. எதற்கெடுத்தாலும் பயம். ஊர் விலகி இத்தனைதூரம் வந்தது பேரச்சம். அவனுக்குக் கிடைத்த முதல் தோழமை ஸோனாஷிதான். அவள் கொஞ்சம் மாடர்ன் டைப். இதே வேலையை, தன் சொந்த ஊர்ப்பக்கம் செய்தால் கிடைப்பதைப் போல இருமடங்கு சம்பளமும், கை நிறைய டிப்ஸூம் சதா ஏ.ஸி. குளிர் வீறிடும் அழகு நிலையமும் கைக்கு வழங்கப்பட்டுவிடும். சுவையான தின்பண்டங்கள் மற்றும் மூன்று வேளை சாப்பாடும் என திருப்தியாக இருந்தாள். அவள் வேலைபார்க்கும் ஸ்பாவின் சர்வபலம்கொண்ட ப்யூட்டீஷனாகவும் அதிகாரத்தில் தலைக்கு அடுத்த கழுத்தாகவும் அவள் இருந்தாள். இன்னும் செல்வதற்குரிய தூரம் குளிரூட்டப்பட்ட கனவு என அவள் வாழ்க்கை இதமாய் இருந்தது.

ஸோ அண்ட் ஸோ, தான் கேபிள் பதிக்கிற விசயத்தை அவளிடம் மாற்றி தானொரு டெக்னீஷியன் என்றும் இஞ்சினீரிங் படித்தவன் என்றும் பொய் சொன்னான். அவளை என்ன செய்தாவது தக்கவைத்துக்கொண்டு தன் உடமையாக மாற்றியே தீர்வதென்று விரும்பியதற்கு இரண்டு காரணங்கள் இருந்தன. அதிகம் குழும வாய்க்காத அவனது சுபாவம் முதற்காரணம். இத்தனை தூர மதுரையில், அவனது தாய்மொழியான பீஹாரியில் பேசித்தீர்ப்பதற்குக் கிடைத்த எதிர்பாலின தேவதை அவள் என்பது இரண்டாவது காரணம். ஒப்பிட ஏதுமற்ற ஒற்றை அவள் என்றபோதும்,

அவனுக்குப் போதுமானவளாகவும் அவள் இருந்தாள். வேண்டியே தீரும் தெய்வ வரமாக அவன் காதல் ஆனது.

விடுமுறை தினங்களில் ஷோக்கான ஆடைகளில் ஸ்பாவுக்கு வரும் ஸோ அண்ட் ஸோ, எஞ்சினியர் என்பது அவளைக் கிறங்கவைத்தது. எதிர்காலத்தில் வேறெங்கேயும் போகாமல் மதுரையிலேயே 'ஸோனா ஸ்பா கூல் ஃபார் கேர்ல்' என்று, ஸ்லோகன் வரை கனவுகண்ட அவளுக்கு, கை நிறைய சம்பாதிக்கும் எஞ்சினியர் பொண்டாட்டி ஆவதில் கசப்பேதுமில்லை. இரண்டு மாத பரிச்சயத்தில் ஒவ்வொரு நாளும் மூன்று அல்லது நாலு மணி நேரம் ஃபோனில் பேசிக்கொண்டே இருப்பதும், வாரக் கடைசிகளில் கால்டாக்ஸி புக்செய்து விஷால் மால் மில்லினம் மால், அம்மா மெஸ் அல்லது கோனார் கடை என்று சுற்றிக்கொண்டே இருந்தார்கள். நாலு சினிமாக்கள், நாலு சில்மிஷத் தீண்டல்கள் என இனிக்கவே இனித்தது அவனுடனான அவள் ஸ்னேகம்.

உடன் வேலைபார்க்கும் மணிப்பூர்க்காரி பூர்த்தி என்பவள் ஒரு நாள் அவளிடம் கேட்டாள்: "உன் ஆடவன் என்ன வேலை பார்க்கிறான்" என்று. ஸோனாக்ஷி சொன்னாள், இஞ்சினியர் என்று. படபடவென சிரித்த பூர்த்தி, 'உன் ஆளைப் பார்த்தேன். சொக்கலிங்க புரத்தில் பள்ளத்தில் கேபிள் பதித்துக் கொண்டிருக்கிறான்' என்று. இவள் ஒரு ஆட்டோவில் சென்று ஒரு இடத்தில் மறைந்துகொண்டு 'எங்கே இருக்கே?' என்று கேட்க, அவன் 'சைட்டில் இருக்கேன். பசங்க வேலை பாக்கிறாங்க. நான் சூபர்வைஸ் பண்ணிட்டிருக்கேன். பத்து நிமிஷத்ல பேசறேன்' என்று கட் செய்தான்.

அவளும் பத்து நிமிஷத்தில் மறுபடி அழைக்க, அவன் இன்னொரு ஐந்து நிமிடத்தில் கூப்பிடுகிறேன் என்று சொன்னவன், சூபர்வைஸரிடம் தலை வலிக்கிறது என்று சொல்லி டைம் வாங்கிக்கொண்டு எதிரே இருக்கும் பெட்டிக்கடைக்குச் சென்று நிழலில் நின்றவாறே இவளை அழைத்து, எப்போதும்போல் "சொல் அன்பே" என்று தொடங்க, "இப்ப எங்க இருக்க?" என்று கேட்டாள்.

”ஸைட்லேருந்து ரெஸ்ட் ரூம் வந்திட்டேன். இனி, லஞ்ச் ப்ரேக்தான் பேசலாம்“ என்று இயல்பாக கொஞ்சத் தொடங்க, “எனக்கு இப்பவே உன்னைப் பார்க்கணும்“ என்ற ஸோனாஷியிடம், “நோ பேபி. ரொம்ப அவசரம்னா சொல்லு, ஒரு ரெண்டு அவர்ல பர்மிஷன் போட்டுட்டு வரேன்” என்றதும், “ஏன், மண்ணுபோகக் குளிக்கணுமா?” எனக் கேட்க, இயல்பாக “ஆமாம்“ என்றவன் திணறி, “என்ன என்ன?” எனக் கேட்க, அவன் முதுகைத் தொட்டாள். திரும்பியவனை செருப்பால் அடித்து “நீ பிச்சைகூட எடுத்திருக்கலாம். ஆனா எங்கிட்டே உண்மையா இருந்திருக்கணும்ல?” என்று கேட்க, ஊர் பார்த்த ஆத்திரத்தில் “நான் இந்த வேலை பார்க்குறவன்தான். இதொண்ணும் பிச்சை எடுக்கிறது இல்லை. இதைச் சொல்லியிருந்தா நீ என்னை ஒத்துக்கிட்டு இருப்பியா?” என்று கேட்க, அவள் “சத்தியமா வேணாம்னு சொல்லிருப்பேன். இப்ப என்ன? இனி, நீ என் லைஃப்ல வேணாம். மூஞ்சிலயே முழிக்காத” என்று சொல்லிவிட்டு புறப்பட்டுப் போயேவிட்டாள்.

சொக்கலிங்க நகரத்தில் பீஹாரி பாஷை தெரிந்த ஒருவர்கூட அப்போதைக்கு அந்தத் தெருவில் நடமாடாத காரணத்தால், வேற்றுமொழிப் படத்தை சப் டைடில் இல்லாமல் பார்த்துவிட்டு சானல் மாற்றுவதைப்போல கடந்துபோனார்கள். மறந்துபோனார்கள்.

ஸோ அண்ட் ஸோ, அதற்குப்பின் வந்த ஒரு முழு மாதமும் அவளோடு ஃபோனில் பேச, நேரில் பார்க்க எத்தனையோ முயற்சி செய்து முடியாமற்போனது. அந்த மாதத்தில் அவன் மொத்தம் பதின்மூன்று நாட்கள் லீவு போட்டு ஊர்த்தெருவெல்லாம் திரிந்தான். எங்கேயும் தென்படாத அவளை ஸ்பாவுக்குச் சென்று சந்திக்க ஏழு முறை முயற்சித்து, ஆறாவது முறை சர்வதத்தனால் கடுமையாக எச்சரிக்கப்பட்டு அனுப்பிவைக்கப்பட்டான். ஏழாவது முறை அந்த ஸ்பாவின் பின்பக்கச் சுவர் ஏறிக்குதிக்க முயலும்போது ஏரியாவாசிகளால் பிடிக்கப்பட்டு எஸ்.எஸ்.காலனி ஸ்டேஷனில் ஒப்படைக்கப்பட்டு, நையப்புடைக்கப்பட்டு அவனுடைய

கம்பெனி சூபர்வைஸரும், லோகல் வக்கீல் ஒருவரும் வந்து மீட்டுக்கொண்டு போனார்கள்.

அதற்கடுத்த ஐந்து நாட்கள் சமர்த்தாக வேலைபார்த்தவன், அடுத்து வந்த விடுமுறை தினத்தில் வேறோரு ஸ்பாவுக்குச் சென்று முடிவெட்டிக்கொள்ள அமர்ந்தான். அவனுக்கு முடிவெட்டியவன் இன்னொரு பீகாரி. பரஸ்பரம் அறிமுகம் ஆகிக்கொண்டு நம்பர் மாற்றிக் கொண்டார்கள். அவனிடம் ஸோ அண்ட் ஸோ, தனக்குத் தமிழ்நாடு பிடிக்கவில்லை என்றும் திரும்பவும் பீகாருக்கே சென்றுவிடப் போவதாகவும் பேச்சுவாக்கில் சொன்னான்.

அன்றைக்கு மாலையே அவர்கள் இன்னொரு தடவை சந்தித்துக் கொள்ள நேரிட்டது. யதேச்சையாக பானிபூரி கடையில் ஒரு ப்ளேட் மசாலாபூரி ஆர்டர் செய்துவிட்டுத் திரும்பிய ஸோ அண்ட் ஸோவைப் பார்த்து சிரித்தபடியே வந்த அந்த பீஹாரி ஸ்டைலிஸ்ட் 'இதுதான் என் வருங்கால மனைவி' என்று ஸோனாஷியை அறிமுகம் செய்துவைக்க, மனசு நொறுங்கிய ஸோ அண்ட் ஸோ மறுநாள் மதியம் பாலத்தின் மேற்புற விதானத்தில் ஏறி அவள் நம்பருக்கு விடாமல் ஃபோன் செய்து, ஆறேழு முறை பேசி "நீ இல்லாவிட்டால் நான் செத்துப்போவேன்" என்று எத்தனையோ சொல்லி, கூடிய கூட்டத்தைப் பார்த்துவேறு பதற்றம் அதிகரித்துக் கொண்டே போய், வேறு வழியே இல்லாமல் ஐந்து மணி, இருபது நிமிடம், பதினாலாவது செகண்ட் போலீஸ் கையில் மாட்டிவிடாமல் அந்தப்பக்கம் குதிப்பதற்குப் பதிலாக இந்தப்பக்கம் குதித்....

•

அரசியல் பேசாதீர்

1. கெட்ட கனவு

மின் சப்ளை இல்லை. இன்றைக்கு முழுவதும் இருக்காது. வழக்கமாக இப்படி பராமரிப்பு நடக்கும் நாட்களில் பீமன் வீடு தங்க மாட்டான். இன்றைக்குக் காலையில் அவன் கண்ட துர்க்கனவு அவனது உடம்பெல்லாம் விஷமாய்க் கசந்தது. எழுந்திருக்க மனசில்லை. சட்டை உடம்போடு ஒட்டியிருந்தது. வியர்வை அடங்கியபாடில்லை. காற்றில்லாத வெக்கை ஒருபுறம். மனசின் வெப்பம்கூட உடம்பில் தான் நதியாய்ப் பெருக்கெடுக்கும். "சரக்கடிக்கலாமா?" என்று யோசித்தான். இஷ்டமில்லை. காலையிலிருந்தே எல்லாம் தப்பாய் தோன்றுகிறது. அந்தக் கனவை அவன் மிகவும் வெறுத்தான். இன்னும் அந்த சாம்பல் தினம் அவனுக்கு மறக்கவில்லை.

அவரவர்க்கு அவரவர் நியாயம். பீமன் எதையுமே ஒரு சுயநலப் பார்வையும் இரக்கமற்ற சொற்களுமாய்த்தான் அணுகுவான். கார்க்காரன் ஒரு சைக்கிள் ஓட்டியை இடித்துவிட்டான் என்று வைத்துக்கொள்வோம். காரில்

வருபவன் தனக்கு வேண்டியவன் என்றால் நடந்துவருபவனை குடிகாரன் என்பான். நடந்துவருபவன் வேண்டியவன் என்றால் காரில் வருபவனை கொலைகாரன் என்பான். பற்களுக்கு இடையே சதா உழலும் நரம்பற்ற பாம்பு பீமனின் நாக்கு. எந்தப்பக்கமும் சீறும். ஆனாலும் அன்றைய தினம் பீமனுக்குப் பாதகமாய் எழுதப்பட்டிருக்க வேண்டும். பல நாட்களாகப் பொறுமைகாத்த ஒருத்தி, அதன் எல்லையில் நின்று ஆங்காரமாய் ஆடியதைச் சமாளிக்கமுடியாமல் திணறினான். போதை வேறு திசைகளை மாற்றிப் பந்தாடியது.

காற்றை துரத்திச் செல்பவனின் வாழ்க்கையை மனைவியானவள் புரிந்துகொள்ள வேண்டாமா? அவன் யார்? நாளைய அரசியலை கலக்கப்போகும் சாட்சாத் பீமன். அவனுக்கு இப்படியா, ஆறின சோறும் பதத்துப்போன வத்தலுமாய்ப் படைப்பது? என்ன குறை வைத்தேன் உனக்கு?" என்றுதான் ஆரம்பித்தான். அவள் பீமனின் பழைய கதையை இழுத்தாள். தொடக்கக் கோணல். சேர்ந்த இடம் இன்னும் சிக்கலானது. மூன்றாவது செக்டாரில் பன்னிக் கிடை போட்டிருக்கும் முருகனின் அக்காள் ஜீவிதாவோடு பீமனுக்குத் தொடர்பிருந்ததாகவும், ஒருநாள் மாதா கோயில் பாலத்துக்கடியில் ஜீவிதா விஷம்குடித்து செத்துக்கிடந்தாள் என்றும், அவள் சாவுக்கு பீமன் காரணமாயிருக்கலாம் என்றும் பல கிளைகளுடன் ஒரு கதையை என்றைக்குத் தெரிந்துகொண்டாளோ அன்றிலிருந்து பீமனுக்கும் மின்னலுக்கும் எல்லாம் கசந்துபோயிற்று. நாளானால் சரியாகும் என்று லேசாய்த்தான் நினைத்திருந்தான் பீமன். அன்றைக்கு எல்லாம் தப்பாயிற்று. அவனது அவச்சொல்லைத் தாங்காமல் கையிலிருந்த கரண்டியால் ஓங்கி அடித்தாள். போதை கிறுக்கேறி எழுந்துகொண்ட பீமன், வேட்டி அவிழ்வதைக்கூட பொருட்படுத்தாமல் மின்னல்கொடியை ஓங்கி மிதித்தான். இன்னும் கடுஞ்சொற்களால் ஏச ஆரம்பித்தான்.

அப்படி ஒரு பேச்சை மணற்குப்பம் கேட்டதில்லை. மின்னல்கொடி பேயாட்டம் ஆடினாள். பீமனை நோக்கி மண்ணை வாரி இறைத்தாள். சபித்துக்கொண்டே தன்

ஆத்மார்த்தி 25

பிள்ளையை தூக்கிக்கொண்டு 'இனி, உன் முகத்தில முளிச்சா அப்ப சொல்லுடா என்னையத் தேவிடியான்னு' என்று ஆட்டோவில் ஏறிப்போனாள். பீமன் அதிர்ச்சியை பெரிதாய்க் காட்டிக்கொள்ளவில்லை. தெருவே அமைதியாய்ப் பார்த்துக் கொண்டிருந்தது. வீட்டின் எதிர்க் கறிக்கடை வெட்டுமரத்தின்மீது தாவி அமர்ந்து பீடி குடித்தான். கஜேந்திரனைப் பார்த்ததும்தான் சுய நினைவுக்குத் திரும்பினான். கஜேந்திரன் தாமதமாய் வந்தும் தவ்வினான். நாகேசைக் கூப்பிட்டு, மின்னல்கொடியை தான் அழைப்பதாகச் சொல்லி அழைத்துவரச் சொன்னான். அரை மணி நேரம் காத்திருந்த பிற்பாடு நாகேஸ் வந்து 'இனி, பேசுவதற்கு இடமே இல்லை' என்று மின்னல் சொல்லிவிட்டதாகச் சொன்னபிறகு "இப்ப திருப்தியா உனக்கு? தனிக்கட்டையாத் திரியணும். எங்க எவ கிடைச்சாலும் மேயணும். நீ ஒரு நாறப்பயடா" என்று திட்டிவிட்டுக் கிளம்பினான்.

குப்பத்தில் பெரிய கை கஜேந்திரன்தான். மேலிடம் அவனிடம் மாத்திரம்தான் நேரடியாய்ப் பேசும். அவனுக்கு அடுத்த இடத்தில் தான் இருப்பதாக பீமன் நம்புகிறான். பீமனைப்போலவே இன்னும் இரண்டொருபேர் இருந்தாலும், ஒவ்வொரு பலமான காரணங்களால் அவர்கள் தகுதியிழப்பதை பீமன் உணர்ந்திருந்தான். ஒருநாள் வராமலா போகும்? மின்னல்கொடிக்குப் பொறுமை இல்லை என்பதே பீமனின் முடிவு. கஜேந்திரன் திட்டுவது தன்மேல் உள்ள பொறாமை என்பது அவனது இன்னொரு மகத்தான புரிதல்.

பீமனோடு கோபித்துக்கொண்டு தகப்பன் வீட்டுக்குப் போய்விட்டாள் மின்னல். அவனது வம்சவிளக்கான ஜெகனேசன் என்னும் சுண்டுவையும் தூக்கிக்கொண்டு போய் முழுசாய் ஒரு வருடம் ஆயிற்று. இரண்டாவது பிரம்மச்சரியத்தை அனுபவித்துக் கொண்டிருக்கும் பீமனுக்கு இன்றைய அதிகாலைக் கனவு அடித்துப் புரட்டியது. கட்டிய பொண்டாட்டிக்கு இன்னொருவன் தாலி கட்டுவதாவது? அது வெறும் கனவென்றாலும், தன் இயலாமையின் அத்தனை கரங்களையும் அறுத்தெறியவே விரும்பினான். அதன்

உக்கிரம் தாளாமல் வெறும் கனவுதானே என்று கொள்ளாமல் வதங்கினான். அப்போது தொடங்கிய ஒற்றைத் தலைவலி இன்னமும் 'விண்விண்'ணென்று தெறித்தது. அந்தக் கனவு, அவனை ஒரு நண்டைப்போல பிடித்துக் கொண்டிருந்தது. அவனால் அதிலிருந்து விடுபட முடியவில்லை. என்னென்னவோ பின் இணைப்பு நினைப்பெல்லாம் வந்தது. ஒரு ஆணாக அவன் நிறைய வாசல்களைத் தாண்டியிருக்கிறான். உள்ளும் புறமும் அவன் தீண்டிய உடல்கள் அதிகம். என்றாலும் மின்னல் கொடியை அவன் தன் தனிச்சொத்தாகவே கருதினான். அவளை எப்படியாவது சமாதானம் செய்து அழைத்து வந்துவிடவேண்டும் என்று அவனுக்குள்ளே துடித்தது.

2. இடத்தைக் காலி செய்

காலையிலிருந்து எதுவும் சாப்பிடவில்லை. பசி, ஒரு ஞாபகமாகக் கூட இல்லை. தண்ணீரை திரும்பத் திரும்ப குடித்தபடி கட்டிலில் புரண்டபடி கிடந்தான். இப்போதைக்கு எழுந்து என்ன செய்யப் போகிறோம் என்று இன்னும் சுருங்கியவனின் காதுகளில், வாசலில் ஸ்கூட்டி நிற்கும் ஓசையும் அதன் மோட்டார் ஓட்டம் அணைவதும் கேட்டது. கெந்திக்கெந்தி நுழைந்த சகாயம், "கரண்ட் இல்லியா" என்றவாறே சட்டையின் மேல்பட்டனைக் கழற்றி காலரை பின்புறமாக இறக்கிக்கொண்டு சிரித்தான். பீமனின் முகத்தையே பார்த்தான். சகாயத்தின் முகம் பிரகாசிக்கவில்லை. பீமனின் ஒரே தம்பி. பிறந்த போதே அவனது ஒரு கால் போலியோவால் சூம்பியிருந்தது. அப்படி ஒருவன் இல்லாது இருந்தால் பீமன் இன்னும் பெரிய ஆளாகியிருப்பான் என்று பலரும் நினைத்தார்கள். ஆனால் பீமனுக்கு தன் தம்பிமீது அத்தனை உருக்கம் இருந்தது. அவனை ஒரு நாளும் குறைத்து நினைத்ததில்லை. சகாயத்தை சிறுவயதிலிருந்தே பாசமாக மாத்திரம் வளர்த்தான் பீமன். அவனுக்குள்ளேயும்

பல மனிதத்தனங்கள் இருந்ததெல்லாம் சகாயத்திற்காக மாத்திரமே வெளிப்பட்டிருக்கின்றன. சகாயத்திற்கு எதாவது நல்லது பண்ண வேண்டும் என்று எப்போதும் நினைப்பான் பீமன். அவனது கதையின் முக்கியத்துவம் ஏதுமில்லாத தருணங்களில் எல்லாமும் கூட சகாயம் குறித்த கவலை பொங்கிப் பெருகத்தான் செய்தது.

“என்னடா எதும் பிரச்சினையா?” என்றான் பீமன்.

“அண்ணே, நீ நார்மலா இருக்கியா?” என்று சோகையாய் சிரித்தான்.

“என்னடா பிரச்சினை?” என்று இந்தமுறை லேசான எரிச்சலோடு துவங்கியதும், படபடவென்று பேசத் தொடங்கினான் சகாயம். “அதொண்ணும் இல்லண்ணே... இடத்து முதலாளி பலராமன் நேத்து நைட்டு வந்தாப்ள. கடைகளை இடிச்சி பெரிசா கட்டப்போறாப்ளயாம். நம்ம சைக்கிள் கடையை ஒரு மாசத்துக்குள்ளே காலி செய்துக்கிட சொல்லிட்டுப்போனாப்ள. நான் அப்பமே உனக்கு ஃபோன் செஞ்சேன். உன் நம்பர் சுச்சாஃப்னு வந்திச்சி” என்றான்.

ஒரு சிகரட்டை எடுத்துப் பற்றவைத்துக்கொண்டே – “பலராமனுக்கு விதி கூப்பிடுதுபோல! அவன் வந்து சொன்னா நீ கேட்டுட்டு சும்மாவா இருந்தே? நான் ஃபோன் எடுக்கலைன்னா என்னடா? கடையச் சுத்தி நம்ம ஜனம்தானே இருக்குது. ?எச்சியக் காறி முகத்தில துப்பி வெரட்டிருக்கத் தேவல்ல?” என்றான், துடித்த உதடுகளை கட்டுப்படுத்திக்கொண்டு.

சகாயம் பேசவில்லை. பலராமன் எட்டுக்கால் பூச்சிதான். அவனை பின்னால் இருந்து சீவி விட்டவன் கஜேந்திரன். சகாயத்துக்கு கஜேந்திரனை எப்போதுமே பிடிக்காது. தன் அண்ணன் ஒரு போர்வாள். அவனைத் தன் கையில் வைத்துக்கொண்டு காது குடைவதற்கான குச்சிபோலப் பயன்படுத்திக்கொள்ளும் உன்மத்தன் தான் கஜேந்திரன் என்பது அவன் நம்பகம். எத்தனை சுயநல சந்தர்ப்பங்களை எல்லாம் விட்டுக் கொடுத்தபடி அவனோடு பயணப்படும் தன் அண்ணனை நினைக்கையில் அவ்வப்போது கண்கலங்குவான்

பீமனின் வீட்டினுள் எல்லா சௌகர்யங்களும் இருந்தன. ஆனால் வெளித் தெரியாது. அவன் வீடு மாத்திரம் அல்ல. மணற்குப்பம் ஒரு விதமாய் ஏற்படுத்தப்பட்ட குடியிருப்பு. அதன் மொத்த வரலாறுமே இருபத்தி ஐந்து வருடங்களுக்கு உள்ளேதான். அதன் முன்னால் அந்தப் பிரதேச மொத்தத்திற்கும் ஒரே பெயர்தான். பன்னிமேடு. பன்றிகள் கூட்டம் கூட்டமாய் மேயும் குப்பைவனம். இப்போது மாண்புமிகு உள்ளாட்சித்துறை அமைச்சராக இருக்கும் செல்வசேகரன் அப்போது ஊரக வளர்ச்சித்துறை அமைச்சர். முதல்முறை எம்.எல்.ஏ ஆனவருக்கு அப்படியொரு ஜாக்பாட் அடிக்கும் என்று யாருமே நம்பவில்லை. இளைஞரான செல்வசேகரனுக்கு எதாவது செய்து தலைமையின் நற்பெயரை வாங்கிவிட வேண்டும் என்று துடித்தபோது ஒரு இளம் ஐ.ஏ.எஸ். அதிகாரி தந்த ஐடியா பிடித்திருந்தது. குடிசை மாற்று வாரியத்தின் சார்பாக மாபெரும் குடிபெயர்ப்பு ஒன்றைத் திட்டமிட்டார். எல்லா வேலைகளும் ஜரூராக நடந்தன. இந்த உலகத்தில் எந்த விஷயமானாலும் அதை அரசாங்கம் ஆசைப்பட்டால்போதும் நல்லதோ, கெட்டதோ தன்னால் நடக்கும். எந்தச் சிக்கலும் இல்லாமல் நடக்கும். அரசாங்கம் மனசுவைத்தால் ஆண்டவனையும் மதம் மாற்றும் என்று சொல்லிச் சிரிப்பார் மதிராசு. அப்படி, காகிதத்தில் இருந்த திட்டத்தை செயல்படுத்திக் காட்டியவர் செல்வசேகரன். அவரது தொகுதிக்குள் திடீரென்று முளைத்த மணற்குப்பம் ஏரியா முழுவதும் அவரது ராசாங்கம் தான். அதற்கடுத்த நாலு தேர்தல்களிலும் அவர்தான் எம்.எல்.ஏ. அவரது செல்லப்பகுதி மணற்குப்பம். பெரும்பாலும் ஒரே கட்சியைச் சேர்ந்தவர்கள் மட்டுமே வசிக்கிற பகுதி என்பது விசேஷம். எல்லாமே இயல்புபோலத் தோன்றினாலும் ஒரு மாபெரும் படத்தின் செட் பிராப்பர்ட்டிபோலத்தான் மணற்குப்பம் இருந்தது.

செல்வசேகரன் இப்போது உள்துறை அமைச்சர். கட்சியில் மூன்றாமிடம். அவருக்கு ஆண் வாரிசில்லா குறையை மைத்துனன் ஜோதி தீர்த்தான். தன் இரண்டாவது மகளை ஜோதிக்குக் கொடுத்திருக்கிறார். மூத்தவள் டாக்டர். அரசியல்

சகாயம். அவனது ஆசையும் ஒன்றே ஒன்று தான். அது கஜேந்திரனைத் தாண்டி பீமன் ஆளாவது. தம்பியின் அமைதி பீமனை என்னவோ பண்ணியது.

"சரிடா, நா கஜேந்திரன்கிட்டே பேசுறேன்" என்ற பீமன், புகை கலையும்வரை காத்திருந்துவிட்டு "பல்ராமனுக்குப் பின்னாடி கஜேந்திரன் இருக்கானா இல்லியான்னு அப்பத் தெரியும்ல?" என்றான். தன் யோசனையின் அருகாமையில் பீமன் வந்துவிட்டான் என்பதே சகாயத்துக்குப் போதுமாயிருந்தது. திடீரென்று உயிர்பெற்ற மின்சாரத்தால் டீவி வெகுசப்தமாக அலறியது. ரிமோட்டைத் தேடி டீவி.யை அணைத்தான் பீமன். சகாயம் ஃப்ரிட்ஜைத் திறந்து தண்ணீர் பாட்டிலை எடுத்துப் பார்த்தான். இன்னமும் சில்லென்றுதான் இருந்தது. கீழே சிந்தாமல் ஐஸ்வாட்டரைக் குடித்துவிட்டு, "சரி நா வாரேன். எதா இருந்தாலும் யோசித்து செய்யி. பதறிப் பதறித்தான் நாசமாப்போனம்" என்றவன், வாசல் தாண்டும்போது "அண்ணே" என்றான்.

இவன் எதும் பேசாமல் அவனையே பார்க்க, "போயி அண்ணியக் கூட்டியா. வீடாவா இருக்குது? நீ ஒழுங்கா பொளச்சாத்தான் மரியாதை. தெனம் ஒருத்தியோட இருந்துட்டு வர்றவனுக்கு எந்தக் காலத்திலயும் மரியாதை கெடையாது. ஒன்னைய நம்பிவந்த ஜென்மத்தை வெச்சிக் காப்பாத்துனாத்தான் நீ ஆம்பிள. சொன்னா கோச்சுக்காத... அது பாவம். அண்ணியக் கூட்டியா..." என்றவன் சற்றுத் தாமதித்து "செய்வியா?" என்றான். அரை சப்தத்தில் 'ம்ம்' என்று சொல்லி, அவனை அனுப்பினான் பீமன். கதவை உட்புறம் பூட்டிக்கொண்டான். ஏன் கஜேந்திரன் இப்படிச் செய்கிறான்? நம்பிக்கைத் துரோகி. அவனுக்குக் காலையில் கண்ட கனவின் முகம்தெரியாத ஆடவன்மீதான கோபம் தற்போது கஜேந்திரன்மீது இடம்பெயர்ந்தது. சுத்தமாக தலைவலி நின்றுபோனது. கூடயிருந்தே குழிவெட்டும் துரோகி!

பற்களை நறநறவென கடித்தான். சுவரில் ஒரு பல்லி தன் சின்னஞ்சிறிய கண்களால் இவனை உற்றுப் பார்த்துக்கொண்டிருந்தது. படியேறி மாடிக்குப் போனான்.

உடன் செல்லும்போதெல்லாம் பீமன் ஒரு அடிமையாகவே காதுகேளாத தூரத்தில் நின்றுகொள்வான்.

அன்றைக்கு எல்லாம் மாறி நடந்தது. தலைவர் கார் வந்து கொண்டிருப்பதாகவும், கஜேந்திரன் செல் அணைந்திருப்பதாகவும் மணி ஓடிவந்து சொன்னபோது, அப்போதுதான் விஜியா என்றொரு ஆந்திரக்கிளியைக் கூடிவிட்டு, தன் வீட்டுக்குத் திரும்பி குளித்து முடித்து வெளியே கிளம்பத் தயாராகிக் கொண்டிருந்தான் பீமன். 'உன் செல்லுலேருந்து கூப்பிடேன்' என்று பரபரத்தான் மணி. அணைந்திருக்கும் செல்போன் யார் கூப்பிட்டாலும் சப்தமா எழுப்பும்? மணி சொன்னதைக் கேட்டு தானும் கஜேந்திரனின் இரண்டு நம்பர்களையும் அடித்தான். கஜேந்திரன் மனைவி சூர்யா நம்பரையும் முயன்றான். எல்லாமே ஆஃப் ஆகியிருந்தது. 'அவசரம்னு சொன்னார்யா ஆபத்துக்குப் பாவமில்ல. நீ வேணா போயி என்னான்னு கேளேன்' என்ற மணி, 'நா வர்ல. அண்ணன் திட்டுவாரு' என்று கழன்றுகொண்டான். அன்றைக்கு பீமனுக்குத் தாயம் விழவேண்டியது விதி.

கிளம்பி வேலாவின் ஆட்டோவில் சென்று இறங்கினான் பீமன்.

"எங்கேடா அந்த முண்டப் பய?" என்றார் தலைவர். அவர் உதடுகள் துடித்தன. கண் புருவங்களின் மேலே முத்துமுத்தாய் வியர்வை. ஒரு சிகரட்டை பற்றவைத்துக் கொண்டான். பீமன் கைகளை விசுவாசமாய் கட்டிக்கொண்டு "தெர்ல தலைவரே... என்னான்னு. இப்டி அணைச்சி வெக்கமாட்டாரே. என்ன ஆச்சோ" என்றான்.

"சரி. ஒரு அவசர வேலை. சின்னப்பனூர்ல ஒரு இஞ் சினியர் பேரு ஜெயகணேசன்னு. நீ என்ன பண்றே... அங்கே..." என்று ஆரம்பித்து, ஒரு விஷயத்தின் சிக்கலை விளக்கினார் தலைவர். அவர் முடித்ததும் "சரிங்க தலைவரே... நான் போய் முடிச்சிட்டு வந்துர்றேன்" என்றான்.

"நீ முடிச்சிருவே?" என்று சந்தேகமாய்ப் பார்த்தபடியே, "அந்த பாலா சரியாவானா நமக்கு?" என லேசாய் இழுத்தார்.

இந்த இரண்டுபேருக்கும் சமமில்லாத உயரத்தில் கஜேந்திரனோடு பயணிப்பவன்தான் பீமன். ஆட்களுக்கு மத்தியில் கஜேந்திரனை அண்ணன் என்று அழைப்பான். மற்றவர்களிடம் கஜேந்திரனை அண்ணன் என்றே சொல்வான். நேரில் பேசும்போது வெறும் வாங்க போங்கதான். அண்ணன் என்றெல்லாம் சொல்வதில்லை. சகலை சொக்கன்கூட பீமனிடம் விலகியே இருப்பான். மணி அவ்வப்போது, பீமனை எப்படியேனும் மிஞ்சிவிடவேண்டும் என்று ஏதாவது செய்து சாக்கடையில் புரள்வான். அது, அவன் ஜாதகம்.

பீமனுக்குக் குறைவில்லாத வருமானம் கிடைக்கத்தான் செய்தது. வேலைக்கேற்ற கூலி. எல்லா நாளும் மழை. இல்லாத நாட்களில் தன்னை எப்படி நனைத்துக்கொள்ள வேண்டும் என்று ஒரு சிறந்த காரியக்காரன் நன்கு அறிவான். அதெல்லாம் பிரச்சினையில்லை. பீமனுக்கும் கஜேந்திரனுக்கும் வருடக்கணக்கில் தொடர்ந்துகொண்டிருந்த நல்லுறவு சமீபத்தில் சிதைந்ததற்குக் காரணம், தலைவர் என்று சொல்வதா? அது கஜேந்திரனின் துர்அதிருஷ்டம் பூசிய ஒருநாள் என்றுதான் சொல்லவேண்டும்.

மூன்று மாதங்களுக்கு முன்னால் திடீரென்று ஒருநாள் தலைவர் (உள்துறை அமைச்சர் செல்வேந்திரன்) வந்திருக்கிறார் என தகவல் வந்தது. வழக்கமாக, குப்பத்தின் உள்ளே தலைவரின் கார் வராது. அனைவருமே அமைச்சருக்கு வேண்டியவர்கள் என்பதால் நுழைந்தால் நலம் விசாரித்தலுக்கே நாலு நாளாகும். கலியாணம் அல்லது துஷ்டி இவ்விரண்டுக்கு மாத்திரம்தான் ஊருக்குள் வருவார். மற்ற போக்குவரத்தெல்லாம் பன்னிமேட்டுக்குப் போகும்வழியில் ஊருக்கு வடக்கே ஒரு நீரேற்று தொட்டி இருந்தது. அதன்கீழே தன் காரில் வராமல் வாடகை டாக்ஸியில் வருவார். கஜேந்திரனும் மதிராசுவும் எப்போதாவது சகலை சொக்கனும் மாத்திரம் அங்கே செல்வார்கள். பீமனும் போயிருக்கிறான். தலைவரை அடிக்கடி பார்த்திருக்கிறான். அப்படி ஒருத்தன் காரியக்காரன் இருக்கிறான் என தலைவருக்குத் தெரியும். ஆனால் தலைவராக அவனைக் கூப்பிட்டு பேசியதே இல்லை. கஜேந்திரன்

பார்ப்பவர்கள் பீமனை, கஜேந்திரனின் அடிமை என்றும் கஜேந்திரனை, பீமனின் அடிமை என்றும் நினைத்துக் கொள்வார்கள். ஆனால் அதில் எள் நுனி உண்மை இல்லை என்று இருவருக்கும் தெரியும். அரசியல் என்பது ஒரு கலை. முயன்று பார்த்து விளைவுகளின்மூலமாய் கற்றுத் தேறவேண்டிய கலை. அரசியலில் ஒவ்வொருவர்க்கும் இரண்டு ஆசிரியர்கள். ஒன்று காலம். இன்னொன்று சுயவெறி. இவ்விரண்டும் ஒத்துவந்தால் தலைவனாவது சுலபம்.

3. தாயம்

பல்ராமனின் தைரியம் பீமனுக்கு ஆச்சர்யம் அளிக்கவில்லை. சமீபகாலங்களில் கஜேந்திரனின் நடவடிக்கைகளில் லேசான மாற்றங்களைக் காண்கிறான் பீமன். முன்பு இப்படி இருந்ததில்லை. கஜேந்திரனை எப்போதும் சுற்றும் கூட்டங்கள் இரண்டு. ஒன்று அன்னக்கை கோஷ்டி. அதன் தலைவன் மணி. கஜேந்திரனின் அகில உலக ரசிகர் மன்றத் தலைவன். தான் கம்பீரமாக இருக்கிறோம் என நினைத்துக்கொண்டு, மணி செய்யும் சேஷ்டைகளை முன்னே மதித்துப் பின்னே 'களுக்'கென்று ரசித்து எள்ளும் உலகம். கஜேந்திரனுக்கு ஒரு விதூஷகனைப்போலவே மணி தேவைப்பட்டான். வெகுகாலம் ரசிக்கப்பட்ட கோமாளி கதாபாத்திரத்தின் கோட்டோவியம் போன்ற தோற்றம் மணியினுடையது.

இன்னொருவன், கஜேந்திரனின் சகலை சொக்கன். ஹார்லி மில்லில் வேலைபார்க்கிற சொக்கன் ஒரு தொழிற்சங்கவாதி. கஜேந்திரனுக்கு அமைச்சரிடம் இருக்கும் செல்வாக்கின்கீழ் தன் தொழிற்சங்க நடவடிக்கைகளை இணைத்துக்கொள்வது அவனுக்கு உசிதமான சூட்சுமம். அவன் பின்னாலும் ஒரு கூட்டம் இருந்தது. ஆட்டமேட்டிக்காக அதுவும் கஜேந்திரனின் ஆளுகைக்குக்கீழே வந்தது.

ஆசை அற்ற அவள், கணவனோடு ஸ்விட்சர்லாந்தில் வசிக்கிறாள். ஜோதிக்கும் செல்வசேகரனுக்கும் மணற்குப்பத்தை நிர்வகிக்க ஒரு குறுநில மன்னன் தேவைப்பட்டபோது உருவானவன்தான் கஜேந்திரன். மந்திரி எதைச் சொன்னாலும் முடித்துக்காட்டும் கார்யவீர்யன். அவனுக்கு அவர்களும், அவர்களுக்கு அவனும் தேவைப்பட்டார்கள். அந்தத் தேவை தீர்ந்துவிடாமல் இருபுறமும் பார்த்துக்கொள்ளப்பட்டது. நட்பு, உறவு என்னும் அன்னிய வார்த்தைகளுக்கெல்லாம் அரசியலில் அர்த்தம் ஒன்றே ஒன்றுதான். அதன் பெயர் பரஸ்பரத் தேவை.

கஜேந்திரனின் கட்டுப்பாட்டில் மணற்குப்பம் இருந்தது. அதன் முடிவில் இப்போதைய பன்றிமேடு இருந்தது. வேண்டாவிருந்தாளியாக அங்கே இருந்தவர்களை நடத்தினான் கஜேந்திரன். என்றபோதும் அவனை யாரும் பகைத்துக்கொள்ள மாட்டார்கள். அவ்வப்போழ்து நேரும் சிறு பகைகளை தன் செல்வாக்கால் அணைத்து, அடித்து ஏன், அழித்தும் சரிபண்ணிக்கொள்வான் கஜேந்திரன். கஜேந்திரனுக்கு, பீமன் பத்து வயது இளையவன். குஸ்திப் பள்ளியில் பயிற்றுவிப்பவனாக இருந்த பீமனை பார்த்ததும் பிடித்துப்போனது கஜேந்திரனுக்கு. அன்றிலிருந்து பீமனுக்கு கஜேந்திரன்தான் பெரியாள். உண்மையாகவே பீமன் விசுவாசி. பெண் சகவாசம்தவிர அவனிடம் வேறு பெரிய பழக்கம் ஏதும் இல்லை. அளவான குடிகாரன் அரசியலுக்கு எப்போதும் சரியானவன். ரகசியங்களைத் துப்பாத அளவுக்குள் அமைந்தன பீமனின் குடிக்கோப்பைகள். கஜேந்திரன் குட்டையான உருவமும் எப்போதும் தகிக்கும் கண்களும் கொண்டவன். பீமன் முரடன். கஜேந்திரனின் சொல் அவனது ஆயுதம். பீமனுக்கு அவன் உடல் கேடயம். இங்கேயும் மேற்சொன்ன அதே சூத்திரம்தான். இரண்டுபேரும் ஒருவருக்கொருவர் தேவைப்பட்டார்கள். ஆகவே இணைந்துகொண்டார்கள். பீமன், கஜேந்திரனின் தளகர்த்தன். கஜேந்திரன், பீமனை எந்தவிதத்திலும் காயப்படுத்தாமல் பார்த்துக் கொண்டான். இருவருமே வெகுநேர்த்தியாக தங்களுக்குப் பொதுவான உறவாடலை தயாரித்துக் கொண்டார்கள். வெளியே இருந்து

"என்னா தலைவரே... நானா முடிக்கப் போறேன். உங்க பேரைச் சொல்லி முடிக்கிறேன். நீங்க சொன்னப்புறம் அதை மீறுற அளவுக்கு அந்த பாலா ஒண்ணியும் அவ்ளோ பெரிய தாட்டியக்காரன் கிடையாது. நான் கிளீனா முடிச்சிர்றேன்." என்ற பீமனை மகிழ்ச்சியோடு பார்த்த தலைவர், "உன் நம்பரைச் சொல்லு" என்று, தன் நம்பரையும் குறித்துக்கொள்ளச் சொன்னார்.

இது எதிர்பாராமல் கிடைத்த வெற்றி. ஒரு நம்பரை பாம்பு கொத்துகிறது. முன்னும் பின்னும் இரண்டு நம்பர்களிலும் ஏணிகள் தொடங்குகின்றன. இது ஒரு ஆட்டம். இங்கே வேறு விதிகள். ஒரு எண்ணை பாம்பு கொத்தும்போதே அதன் பலனாக வேறொரு எண்ணுக்கு அது ஏணியாக மாறும் மாய விளையாட்டு அரசியல். தலைவர் தேடியது கஜேந்திரனை. அவர் தேடியது பீமனை அல்ல. ஆனால் அன்றைக்கு, தன் செல்ஃபோனை ஸ்விட்ச் ஆஃப் செய்தது கஜேந்திரன் செய்த பிழை. ஆட்டவிதிகளின் பிரகாரம் அது அவனைக் கொத்தும் பாம்பு. அதேநேரம், அதுவே பீமனுக்கான ஏணி. இப்போதுமுதல் பீமனின் நம்பரும் தலைவரிடம் உண்டு. தலைவரின் நம்பரும் பீமனிடம் உண்டு.

காரியத்தின் பலன்வேறு பீமனுக்குச் சாதகமாக இருந்தது கூடுதல் சிறப்பு. பாலா என்பவன் ஒத்துவராவிட்டால் அவனை எப்படி டீல் பண்ணுவது என்ற யோசனையோடே கிளம்பிப்போனான் பீமன். வழக்கமாக, இப்படியான செயல்களை கஜேந்திரன் சொல்லி அவன் செய்திருக்கிறான். அப்போதும் அவை எல்லாமும் தலைவர் சொல்லி தலைவருக்காகவே நடந்தவைதான். அப்போதெல்லாமும் அவை எல்லாவற்றையுமே செய்தது பீமன்தான். அது தலைவருக்கும் தெரியும் என்றாலும் ஓவியன் கையில் இருக்கும் தூரிகைக்குத் தனியாக யாரும் நன்றி சொல்வதில்லை அல்லவா? அப்படித்தான் எல்லாமும் கஜேந்திரன் என்னும் ரெகுலேட்டரின்வழியாகவே நடந்து வந்தன. இன்றைக்கு உடைந்தது சின்ன திறப்பல்ல. அது ஒரு மாபெரும் சுவரின் இருப்பை உடைத்தெறிந்திருக்கிறது. இனி, என்ன நடக்கவேண்டும்

என்று எந்த எதிர்பார்ப்பும் இல்லாமல் தன் அந்தக் காரியத்தை சாதித்து முடித்தான் பீமன். என்ன ஒன்று, சாயந்திரமே தலைவரின் நடவடிக்கையில் தெரிந்த மாற்றம் கண்டு குழம்பினான் கஜேந்திரன். என்ன நடந்ததென்றே தெரியாமல் ஒரு துஸ்டி வீட்டுக்குப் போய்த்திரும்பியிருந்த கஜேந்திரன் மதியானத் தூக்கம் கெட்டதில்வேறு எரிச்சலாயிருந்தான். இரவு சாயும் வரைக்கும் கொதிக்கத்தான் செய்வான்.

மணி, தலைவர் வந்ததை நடந்த எல்லாவற்றையும் சொல்லி தன்னால் ஆனளவுக்கு இன்னும் பல பிட்டுகளைப் போட்டிருந்தான். எரிந்தது கஜேந்திரனுக்கு. அவனைப் பொறுத்தவரை அவன் சாகும்வரை நடந்திருக்கக்கூடாத ஒரு நிகழ்வுக் கேவலம் அரை நாள் துஸ்டிக்குப் போய்வந்த கேப்பில் நடந்துவிட்டதை அறிந்து, தன் மனைவி தொடங்கி அன்றைய துஸ்டியின் ப்ரேதம் வரை எல்லாரையும் சபித்தான். எல்லாம் போச்சு! என்று தனக்குள் சொல்லிக்கொண்டான். இடிந்தே போனான். உடலெல்லாம் தளர்ந்து, கண்கள் இருளாகி, சகிக்கமுடியாத நோவுக்குள் ஆட்பட்டான். கஜேந்திரன் நிற்கும்போது தலைவர் பீமனைப் புகழ்ந்து நாலு வார்த்தை சொன்னார். கஜேந்திரனுக்கு காது கொதித்தது. "இவனை வெச்சிக்கடா. நல்ல காரியக்காரண்டா" என்றார். தன் கையாலேயே பீமனுக்கு இருபதாயிரம் பணத்தைக் கொடுத்தார். எல்லாவற்றுக்கும் மேலாக தலைவர் பீமனின் தோளைத்தட்டி என்னன்னாலும் கேளு. எப்பன்னாலும் வா என்று அனுப்பினதுதான். இதைப் பார்த்தும் இன்னமும் நான் இருக்கிறேனே என்று எரிந்தான் கஜேந்திரன்.

அதில் இருந்தே கஜேந்திரன் புழுங்க ஆரம்பித்தான். இதே விசயம், தான் இல்லாத இடத்தில் தன் சகலை சொக்கனுக்கு இப்படி ஒரு உயர்வு வந்திருந்தாலாவது எரிந்துகொண்டே வரவேற்றிருப்பான். பீமனுக்கா? நாய் கடைசி வரை நாயாகத்தானே இருக்க வேண்டும்? இதென்ன கொடுமை. அய்யோ! என்முன்னே காலைப் பிடித்து கையைக் கட்டியவன், நாளை என்முன்னாலேயே தோளில் மாலையோடு திரிவானே... நோ.... இல்லை. நடக்கக்கூடாது. மறுகினான்.

அரசியலில் பாலபாடமே, தன்னைத் தவிர மற்ற எல்லார் மீதும் பொறாமைப்படுவதுதான். ஒரே நேரத்தில், தன் கட்சியில் ஒன்றியச் செயலாளராக இருப்பவன்மீதும் அமெரிக்க அதிபர் ஒபாமாமீதும் காரணமே இல்லாமல் ஒரு அமைச்சர் பொறாமைப்பட வேண்டும். பட்டால்தான் அவர் பழுத்த அரசியல்வாதி. தனக்கு மேலே இருப்பவன்மீது கொள்ளும் பொறாமையின் பெயர் இயலாமை. தனக்குக் கீழே இருப்பவர்மீது கொள்ளும் பொறாமையின் பெயர் பாதுகாப்பு உணர்ச்சி. தனக்குச் சமம் என்று அரசியலில் யாரும் இல்லை. சொல்லப்போனால் அரசியலில் சமம் என்ற சொல்லே கிடையாது. ஞானிகளுக்கும் அரசர்களுக்கும் அரசியலின் உள்ளே பெரிய வித்தியாசமில்லை. வெறும் ஞானம் உபதேசிக்க மாத்திரமே தகும். இங்கே எல்லாருமே ஆட்டக்காரர்கள். ஓய்வு என்பதன் பெயர் மரணம். கைவிட்டு ஒதுக்கப்படும் ஒவ்வொரு மனிதனுக்கும் அதுவே சூன்யம். அதுவே மரணம். அதனைத் தாண்டிய ஒரு வெளிச்சமும் இல்லை.

கஜேந்திரனின் இயல்பு யாருக்கும், எதையும் அள்ளித் தந்துவிடுபவனில்லை. தன் கைமீறி இது நடந்துவிட்டாலும் பீமனை இன்னமும் தன்னால் வெல்லமுடியும் என்று அவன் நம்பினான். அதனால்தான் தலைவரை பீமன் நேரடியாக பரிச்சயம் செய்து கொண்ட நாளிலிருந்தே, பீமனுக்காகப் பல குழிகளை வெட்டத் தொடங்கியிருந்தான். பின்னிப்பின்னி பலதும் செய்தான். ஒரு கட்டத்தில், பீமன் ஏரியாவுக்குள் தனியாகவே திரிய ஆரம்பித்ததும் என்னசெய்வதென்று கஜேந்திரனுக்குப் புரியவில்லை. பீமன் அவனை எதிர்க்கவில்லை. உடன் நிற்கவுமில்லை. தன்வழியில் தனக்கே உரிய நிதானத்தோடு போய்க்கொண்டிருந்தான்.

நோக்கம் இல்லாதபோது நிகழ்வுகளின் இயல்புக்கேற்ப வாழ்க்கை நகரும். இங்கேதான் கஜேந்திரனுக்கு உள்ளே வெகு துல்லியமான நோக்கங்கள் உண்டே? அதன் ஒரு பகுதியாகத்தான் பல்ராமனை தன் வீட்டுக்கே வரச்சொல்லி கொம்பு சீவினான். முதலில் தயங்கிய பல்ராமன், கஜேந்திர

தைர்யத்தில் சகாயத்திடம் கெடு சொல்லிவிட்டு கடமையாக அந்த தெருவைத் தாண்டிய உடனே கஜேந்திரனுக்கு ஃபோன் போட்டு விசயத்தைச் சொல்லவும் செய்தான். ”நான் பாத்துக்கிறேன்யா... நீ கூலா இரு!” என்று சொல்லிவைத்தான் கஜேந்திரன்.

4. வரம் கேட்டல்

தலைவரிடம் போய்விடலாமா என்று ஒரே டைலம்மாவாக இருந்தது பீமனுக்கு. போகலாம் தான். அவரே சொல்லியிருக்கிறார் என்ன வேணும்னாலும் எப்பன்னாலும் என் கிட்டே வா என்று. அதற்காக இதை எப்படிப் போய் தலைவரிடம் கேட்பது. பெருங்கொண்ட ப்ராஜெக்ட் எதையாவது கொண்டு போய்ச் சொன்னால் அவருக்கும் பிரயோஜனமாக இருக்கும். மகிழ்ந்து போய் அவர் சிந்துகிற சில துளிகளே லட்சங்களாய்க் கொட்டாதா என்ன. . ?இதைத் தன்னால் சரி செய்ய முடியாதா? அரசியலில் பீமனுக்குப் புரிந்த இன்னொரு பாடம் இது. கடவுள் பரிச்சயம் என்பதற்காக கண்டதையெல்லாம் கேட்பவன் வீழ்வான். கடவுளுக்குப் பிடித்ததை ஆராய்ந்து அதையே வரமாய்க் கேட்பவனுக்கே ஜெயம்.

பீமன் சென்றபோது கஜேந்திரனின் வீட்டுவாசலில் ஏற்கனவே இரண்டொரு பகுதிவாசிகள் காத்திருந்தனர். பீமனைப் பார்த்ததும் எழுந்து “வணக்கம்ணா” என்றனர். ஒருவன் பீமனிடம், “அண்ணா, டீ வாங்கிட்டு வரவா?” என்றான். அவனைப் பார்வையாலேயே மறுத்துவிட்டுத் தன் புல்லட்டை ஓரமாய் ஸ்டாண்ட் போட்டுவிட்டு வாசல் கதவை சப்தமெழுப்பாமல் திறந்து உள்ளே சென்றான் பீமன். நுழைந்தவுடன் இருந்த வராந்தா உள்வட்டத்தினருக்கானது. அங்கேதான் பீமன் கஜேந்திரனுக்காகக் காத்திருப்பான். இன்று நேற்றல்ல; பல வருடங்களாக இந்த ரூமைத் தாண்டியதில்லை பீமன்.

"காப்பி குடிக்கிறியா பீமா?" எனக் கேட்ட கஜேந்திரனின் மனைவி வசந்தியிடம், "வேணாம்ணீ" என்றவன், "நா வந்துருக்கேன்னு அண்ணங்கிட்டே சொல்லுங்க" என்றான்.

"ம்ம்... எண்ணெ வெச்சிக் குளிக்கப்போறாப்ல. சொல்றேன்..." என்றாள்.

இதைச் சொன்னதிலிருந்து சரியாக ஒன்றேகால் மணி நேரமாயிற்று. அதன்பின் இரண்டுமுறை வெவ்வேறு காரணங்களுக்காக தன்னைத் தாண்டி புறத்தேயும் உள்ளேயும் சென்ற வசந்தியிடமும் வேலைக்காரி மைனாவிடமும், தான் காத்திருப்பதை ஞாபகப்படுத்தச் சொன்னபடியே அமர்ந்திருந்தான் பீமன். திடீர் என்று பீமனின் மனசுக்குள்ளே ஆவேசம் ஒரு குறளியைப்போல் எழுந்தது.

தன் வருகை தெரிந்தே, வேண்டுமென்றே காக்கவைக்கிறான் கஜேந்திரன் என்று புரிந்தது. தான் எதற்கான வயிற்று நோவோடு வந்திருக்கிறோம் என்பதும் தெரியும்தானே? இனி, இவன் சரிப்பட மாட்டான் என்று ஆத்திரத்தில் எதிரே இருந்த கண்ணாடி ஷெல்ஃபை ஓங்கிக் குத்தலாமா என்று ஒரு கணம் எழுந்த கோபத்தை கஷ்டப்பட்டு அடக்கிக் கொண்டான். "வரட்டும், இன்றைக்கு ரெண்டுல ஒண்ணு தான்!" என கறுவிக் கொண்டான். அவமானத்திற்கு எப்போதும் மதிப்பிருப்பதில்லை. அவமானம் தண்ணீரைப் போல் நிறமிலியாகவே இருந்துவிடுகிறது. ஆனால் எவனொருவன் அவமானத்திற்குப் பின் வெற்றி அடைகிறானோ அவனுக்கு அந்த வெற்றியின் கூர் நுனியால், தான் சுமந்த அவமானத்தின் வழங்கு கரங்களை வெட்டி எறிந்துவிட வேண்டும் என்று துடிக்கிறான். இங்கே பகையை தக்கவைத்துக் கொள்வதற்கான எரிசக்தி அவமானத்திற்கு அதிகம் உண்டு.

அந்த ஒற்றை நிமிடம் கஜேந்திரன் மற்றும் பீமன் ஆகிய இருவரின் அரசியல் பரமபதத்தில் மிக முக்கியமான நிமிடமாயிற்று. பீமனின் செல்ஃபோனுக்கு தலைவர் செல்வசேகரனிடமிருந்து அழைப்பு வந்தது. லேசாய் நடுங்கியபடியே எடுத்து மெலிந்த குரலில், வணக்கம்

சொல்லிக்கொண்டே தெருவில் இறங்கி எதிர்ப்புற டீக்கடைக்கு வந்தான் பீமன்.

கஜேந்திரனின் செல்லுக்குத்தான் கடந்த அரைமணி நேரமாக முயற்சிப்பதாகவும், அவனிடமிருந்து பதிலில்லை என்றும் சொல்லி, "நீ எங்கே இருக்கே..." என்று வினவினார் தலைவர். குளிக்கும் கஜேந்திரனுக்காகத்தான் அவன் வீட்டுவாசலில் கடந்த ஒன்றரை மணி நேரமாய் தானும் காத்திருப்பதாகவும் தன்னோடு ஏரியா கட்சிக்காரர்கள் சிலரும் காத்திருப்பதாகவும் சொன்னான் பீமன். தலைவருக்கு கடுமையாய்க் கோபம் வந்தது.

"எருமைக்குப் பொறந்தவன். எம்புட்டு நேரம்டா குளிப்பான்? குளிக்கிறானா இல்லை யாரையாச்சும் பாத்ரூம்ல வெச்சி...?"

சிரிப்பை அடக்கிக்கொண்டு, "தெர்ல தலைவரே..." என்ற பீமனிடம், "இங்க பாரு பீமா... நீ நேரா அவன் குளிக்கிற எடத்துக்கே போ. நான் லைன்ல இருக்கேன்னு சொல்லி, ஃபோனை அவன்கிட்டே குடு. தாயோளிய செருப்பால அடிக்கிறேன்..." என்று சைலண்ட் ஆனார்.

இது எவ்வளவு பெரிய சதுரங்க நகர்வாக மாறப்போகிறது எனச் சற்றும் யோசிக்காத பீமன், வீட்டின் காம்பவுண்டு சுவரை சுற்றிக்கொண்டு பின்பக்கம் சென்றான். கிணற்றடிக்கு அந்தப்பக்கம் பாத்ரூமுக்குள் லேசான குரலில் 'நான் பூவெடுத்து வெக்கணும் பின்னால...' என்று பாடியபடியே குளித்துக்கொண்டிருந்தான் கஜேந்திரன்.

கதவை சற்றே சப்தமாகத் தட்டிய பீமன் குரலில் எதையும் காட்டிக்கொள்ளாமல், "அண்ணே, எம்புட்டு நேரமா குளிப்பீங்க?" என்றான். தாளிடப்படாத கதவு திறந்துகொண்டது. கதவுக்கு அப்பால் நிர்வாணமாய் அமர்ந்திருந்த கஜேந்திரனுக்கு கோபமும் வெறியும் உச்சந்தலை வரை ஏறியது. "நேற்று வரை என் கால்களை நக்கிய நாய் இது. என்னைக் கேள்வி கேட்கும் அளவுக்கு வந்துவிட்டதா?" என்றுதான் யோசித்தானே தவிர, தலைவர் செல்ஃபோன் ரூபத்தில் பீமனோடு உடன் பயணித்து வந்திருப்பதை சற்றும் எதிர்பார்க்கவில்லை.

“எச்சப்பொறுக்கி நாயே... இங்க எதுக்குடா வந்த? நான் எம்புட்டு நேரம் குளிச்சா உனக்கென்னடா?” என்று கண்களைக் கழுவிக்கொண்டு அவசரமாய், வழுக்கியபடியே எழுந்து கொடியில் கிடந்த துண்டை அவசரமாய் உடலில் சுற்றியவாறே வெளியே வந்தவன், வலது காலால் பீமனின் நெஞ்சில் எத்தினான். அவனைத் தவிர சராசரி உடலமைப்புக் கொண்டவனாக இருந்தால் கீழே விழுந்திருப்பார்கள். பீமனுக்கு ரத்தம் தலைக்கேறியது.

“உன் எச்சிய நா எதுக்குய்யா பொறுக்கணும்? மரியாதையாப் பேசு. வகுந்துருவேன்! தலைவருக்காகப் பாக்குறேன்...” என்றான் உஷ்ணமாக.

“போடா வெண்ணை... தலைவரு உன்னையப் பாத்து நாலு தடவை இளிச்சிட்டா, நீயெல்லாம் ஒரு ஆளா... இந்த மணற்குப்பத்துக்கு நாந்தாண்டா எல்லாம். உன்னையமாதிரி ஆயிரம் நாயைப் பாத்திருக்கேன். தலைவரு பழக்கமாயிட்ட திமிரா? போட்டுக் குடுத்து உன்னையக் காலிபண்ண எனக்கு எம்புட்டுநேரம் ஆகும்? என்னையவே எதுக்க துணிஞ்சுட்டேல்ல, வெளிய போடா நாயே...” என்று மேலும் கத்தினான்.

அமைதியாக செல்ஃபோனை எடுத்து தன் காதில்வைத்த பீமன், “தலைவரே... கேட்டீங்களா? நான் கெளம்பட்டுமா... இல்ல இன்னும் அவரோட பேசணும்னு ஆவலா இருக்கீங்களா?” என்றான்.

அதெல்லாம் இருக்காது. பீமன் சும்மா ரீல் சுத்துகிறான் என்றுதான் நினைத்தான் மூளைசெத்த கஜேந்திரன். அடுத்த நிமிடம் செல் போனை தன்பக்கம் நீட்டி, “தலைவர் லைன்ல இருக்காரு... பேசு” என்றபோதுதான் உண்மை விஷமாய் பரவத் தொடங்கி உடம்பு நடுங்கலாயிற்று. சைகையால் ‘தலைவரா, தலைவரா’ என்று ரெண்டு முறை கேட்டான். பீமன் முறைத்தானே ஒழிய பதில் சொல்லவில்லை. எதிர்ப்புறம் தலைவர், “அந்தத் தாயோளிகிட்ட ஃபோனைக் குடு.

குடுக்குறப்ப ஸ்பீக்கர்ல போட்டுக் குடு" என்றார். ஸ்பீக்கரைத் தேடி ஆன்செய்து 'இந்தா...' என்று கொடுத்தான்.

நடுங்கியபடியே, "தலைவரே, ட்ரெஸ் இல்லாம குளிச்சிட்டு இருந்தன் தலைவரே, அதான்..." என்று எதையோ பரிதாபமாக ஆரம்பித்தவனை, இந்த வார்த்தை இல்லை என்று பச்சை பச்சையாகத் திட்டினார் தலைவர்.

"நீ நிக்கிற மண்ணு நான் பார்த்து போட்ட பிச்சை. ஒண்ணுமில்லாத நாயே... கூட இருக்கவுன இப்பிடித்தான் நடத்துவியா? நீ என்ன மந்திரியா? இப்பமே இப்பிடி ஆடுறியே, உனக்கெல்லாம் ஒரு உசரத்தைத் தந்துட்டாலும் என்னையே மேய்ஞ்சுறமாட்டே?...த்தா... கட்சிக்கு நீ மட்டுமாடா ஆளு? ஆயிரமாயிரம் பேரோட ரத்தம்டா இந்தக் கச்சி. சொகுசு கேக்குதோ? என் மூஞ்சிலயே முளிக்காத...முகத்தக் காட்டுனேன்னு வைய்யி... எந்த எடம்னு பாக்க மாட்டேன், செருப்பாலயே அடிப்பேன்."

அவர் அந்தப் பக்கம் வைப்பதற்கும் வசந்தி வருவதற்கும் சரியாக இருந்தது.

சட்டென்று முகத்தை செயற்கையாக மலர்த்திக்கொண்ட கஜேந்திரன், "ஏண்டீ தம்பிக்கு காப்பி எதும் தந்தியா? பீமா, நீ போயி ஹால்ல உக்காரு, நிமிசத்துல வந்துர்றேன்" என்று, எதுவுமே நடக்காததுபோல அவன் கைகளைப் பற்றி அழுத்தி, "போ... வெளிய போயி பேசிக்குவம்" என்றான். பீமன் இன்னும் தன்னிலைக்கு வரவில்லை. நாயே என்றவனைக் கெஞ்சி நடுவீட்டில் அமரச் சொல்கிறான். "தம்பியாம்ல தம்பி...?" முறைப்பு குறையாமல் வீட்டின் பின்பக்கம் நடக்க ஆரம்பித்தவனின் தோளைத் தொட்ட கஜேந்திரன், "எதையும் மனசுல வெச்சிக்காத. எதோ டென்ஷன். இப்பிடி போ வீட்டுக்குள்ளாற... ஏய் என்னடீ, சும்மா நிக்குறே. தம்பியை கூட்டிட்டுப் போடீ" என்று அனுப்பினான்.

வசந்திக்கும் ஒன்றும் புரியவில்லை. இந்த மனுஷனுக்கு கிறுக்குப் பிடிக்கும் அவ்வப்போது என்று தனக்குள் முனகிக்கொண்டு அவனை ஹாலில் அமரச் சொன்னாள்.

அந்த வீட்டுக்கு ஆண்டுக் கணக்கில் வந்திருக்கிற பீமனுக்கு இதுவொரு புதிய அனுபவம். பின் வாசல்வழியாகத்தான் அந்த வீட்டின் ஹாலில் அமர்வோம் என்று கனவிலும் எண்ணியதில்லை. ஜம்மென்று கால்மேல் கால் போட்டு அமர்ந்தான். காஃபியை ருசித்துக் குடித்தான். கட்சிக் கரை வேட்டி சட்டையோடு வந்த கஜேந்திரன், "வா போலாம்" என்றான் சாதாரணமாக.

"என்ன பீமா, தலைவர் லைன்ல இருக்கார்னு ஒரு வார்த்தை சொல்லிருக்க வேணாயா? அவரு என்னைத் திட்டுறதெல்லாம் அவார்டு குடுக்குறாப்லய்யா. இப்பத்தானே மேல வந்துருக்க. இனி போகப்போகத் தெரியும் உனக்கும். வராதம்பாரு. நான் போயி நிப்பேன். செருப்பக் கழட்டி அடிப்பேன்னு சொல்வாரு. அஞ்சு நிமிசத்ல, "உட்கார்றா கஜா"ன்னு அணைச்சிக்குவாரு. சும்மாவா அவருக்காக எத்தினி செஞ்சிருப்பேன். அவரோட வலது கையில்லயா இந்த கஜேந்திரன்? உன் புல்லட்டுலயே போலாம்" என்று, பலராமனின் கடைக்கு அழைத்து வந்தான் கஜேந்திரன்.

"ஏண்டா பல்ராமா... சகாயம் என் தம்பிடா. கடைய காலி செய்யச் சொன்னியாமே? பீமன் வேற, நா வேறயா... நீ என்ன பண்றே... ஒரு ரேட்டை வாங்கிக்கினு கடையக் கெரயம் பண்ணிக் குடுத்துரு" என்றான். ஆடிப்போன பலராமன், கஜேந்திரனின் முகத்தில் தனக்குச் சாதகமான எதாவதொரு கீற்று தென்படுகிறதா என்று குழம்பினான்.

"நீயா சொல்லமாட்டே... இன்னிக்கிருந்தா எட்டு லச்சம் போகுமா இந்தக் கடை? ஒரு ஏள் ரூவா வாங்கிக்க. ஒரு மாசம் டைமு. முடிக்கிறான் என் தம்பி பீமன். தப்புச்சின்னா நீ சொல்றத ஏத்துக்குவம். இந்தா..." என்று, தன் டவுசரிலிருந்து ஆயிரத்தோரு ரூபாயை எடுத்து பீமனின் கையில் கொடுத்து "குடு பீமா... இனி எல்லாம் உனக்கு நன்மைதான்" என்று கொடுத்தான்.

ஒரு கணம் யோசித்த பீமன், உடனே அதை வாங்கி மேலும் தன் பர்ஸில் இருந்த பணத்தைச் சேர்த்து "இந்தாங்க

பல்ராமன். இதுல பத்தாயிரத்து ஓர்ரூவா இருக்கு. ஒரு மாசத்துக்கு உள்ளயே முடிச்சிக்கலாம்“ என்று, தந்ததை பெற்றுக்கொண்டு இது நன்மைக்கா, தீமைக்கா என்று பெரிதாக யோசித்தபடியே வீட்டுக்குள் போனான் பல்ராமன். இப்போது கஜேந்திரனின் சுமோ வந்து நிற்க, அதன் ட்ரைவர் சீட்டில் இருந்த மணி பீமனைப் பார்த்ததும் “வணக்கம் நாட்டாமை...” என்றான் நக்கலாக. அவனைப் பார்த்து தேவையே இல்லாமல் நாலைந்து அவச்சொற்களை உதிர்த்த கஜேந்திரன், “நீ போடா... நானும் பீமனும் தலைவரைப் பார்க்கப் போறம்“ என்றபடியே புல்லட்டை நெருங்கினான்.

தலைவரின் வீடு வரை இருவரும் எதுவுமே பேசிக்கொள்ளவில்லை. அங்கே ஆயிரம்பேர் காத்திருந்தனர். கூட்டத்தில் இவர்களும் நிற்க திடீரென்று இவன்மேல் தலைவரின் பார்வை விழுந்தது.

“அடடே... பீமனா! வாய்யா. எப்ப வந்த? நீ ஏன்யா கூட்டத்தோட நின்னுக்கிட்டு, நேரே வரவேணாம்?” அவனை அருகே அழைத்து ஒரு பக்கமாய் அணைத்துக்கொண்டார். கட்சியின் ஆஸ்தான ஃபோட்டோகிராஃபரை கண் காட்ட, அவன் வரிசையாய் படமெடுத்தான். கஜேந்திரன் அங்கே நிற்பதையே கவனிக்காதது போல நின்றார்.

சட்டென்று நினைவுக்குவந்தவனாய் ஓட்ட நடையில் வாசலுக்குப் போன பீமன், புல்லட்டின் சைட் பாக்ஸை திறந்து இப்படி என்றாவது ஒரு சந்தர்ப்பம் வரும் என, ஒரு மாதம் முன்பே காதி கிராஃப்டில் வாங்கி வைத்திருந்த நெடிய சந்தனமாலையை எடுத்துவந்து தலைவருக்கு அணிவித்தான். மீண்டும் படங்கள் கிளிக் செய்யப் பட்டன. தலைவரின் காலில் விழுந்து எழுந்தவனை ஒரு கணம் பார்த்த தலைவருக்கு மனம் நெகிழ்ந்தது. அரசியலில் யாரையாவது வெறுப்பேற்ற இன்னொருவருக்கு உயரங்கள் வழங்கப்படுவது நடக்கும். அன்றைக்கு பீமனுக்கான சுக்கிர திசை கஜேந்திரனின் வருகையால் நிகழ்ந்தது.

“வடக்கு மாவட்ட தொண்டரணி அமைப்பாளரா, தம்பி பீமராஜை மகிழ்ச்சியோட அறிவிக்கிறேன்.” என்றதும்,

கஜேந்திரனின் முகம் இன்னும் கறுத்தது. ஏற்கனவே மாவட்ட இளைஞரணி அமைப்பாளராக, கடந்த எட்டு வருசங்களாக கஜேந்திரன் இருக்கிறான். இது அவனுக்குச் சமமான பதவியல்ல என்றாலும் ஒரே பதவி போலவே தோன்றக்கூடியது. தலைவருக்கு எங்கே பிளந்தால் எங்கே திறக்கும் என்று தெரியாதா என்ன? அவர் கஜேந்திரனின் முகவாட்டத்தை ரசித்தார்.

கொஞ்சநேரம் வேண்டுமென்றே பீமனிடம் பேசிவிட்டு கஜேந்திரனை கடைசியாக, "நீ போயிட்டு நாளைக்கு வா..." என்றார். தழுதழுத்த குரலில் "என்மேல எதும் கோவமில்லைன்னு சொன்னாத்தான் நா போவேன்" என்றான் கஜேந்திரன். இதனை ஒரு ரகசியத்தைப் பகிரும் குரலில்தான் சொன்னான். அருகே நின்ற பீமனுக்கே சரியாய்க் கேட்கவில்லை. "ஒரு மயிருமில்ல, கெளம்பு." என்றார் தலைவர். அவர் இதனைச் சொன்னது பள்ளி மாணவன் மனனம் செய்து ஒப்பிக்கும் பதிலைப்போல தொனித்தது.

வெளியே வந்த கஜேந்திரன், எதுவும் சொல்லாமல் வேகமாய் நடந்து தெருவின் கோடியில் இருக்கும் ஆட்டோ ஸ்டாண்டுக்குப் போய் அங்கிருந்த ஒரே ஒரு ஆட்டோவில் ஏறி அமர்ந்தான். உடனே கிளம்பிய ஆட்டோ எதோ ஒரு திசையில் சென்று மறைந்தது. பீமனுக்கு வேறு வேலை இருந்தது. முதலில் சகாயத்துக்கு ஃபோன் செய்து தனக்குப் பதவி கிடைத்ததைச் சொன்னான். உடனே அடுத்த ஃபோன் மின்னல்கொடிக்கு அடித்தான். "மாமா வீட்ல இருக்காரா?" என்றான். "ம்ம்" என்று மாத்திரம் பதில் வந்தது. "ஸ்வீட்டோட வரேன்னு சொல்லு" என்று வைத்தவன், நேரே ஆனந்த பவனுக்குப் போய் ரெண்டு கிலோ ஸ்வீட் வாங்கினான்.

மின்னல்கொடி இவனைப் பார்த்ததும் எதுவும் பேசாமல் உள்ளே அகன்றாள். மாமனார் வயசாளி. பொறுமையும் அதிகம். "வாங்க மாப்பிள்ள" என்றார். படு பவ்யமாக "ஆசீர்வாதம் பண்ணுங்க மாமா... கட்சில பதவி குடுத்துருக்காங்க. மாவட்ட அமைப்பாளரா..." என்று காலில் விழுந்தான். அயர்ந்தார் மாமனார். தான் பல வருடங்கள்

தொண்டராகவே தொடரும் தன் கட்சியில், மருமகன் ஒரு இடத்தைப் பிடித்துவிட்டார் என்பதை ரசித்தார். மேலும் பதவி கிட்டியதும் நேரே தன்னைத் தேடிவந்து காலில் விழும் அவனது பண்பு அவரை நெகிழ்த்தியது. "இவனா கள்வன்? இவனே அரசன்" என்று உருகினார். உள்ளே இருந்து என்னவோ எனப் பயந்துகொண்டிருந்த மின்னலுக்கு இந்தச் சேதி இனிப்பை விட இனித்தது.

"குடும்பப் பிரச்சினை எங்கதான் இல்ல? எல்லாம் சரியாப் போகும்" என்று, வராத வழக்கிற்கு தீர்ப்புபோலச் சொன்ன மாமனார், அவனை வைத்துக்கொண்டே "நீ இன்னும் அனுசரிச்சிப் போகணும். புருசன் டெல்லியை ஆளணும்னா பொஞ்சாதி இன்னுங் கொஞ்சம் தாழணும்" என்றார். அவள் தலையை மாத்திரம் "சரி" என்று ஆட்டினாள்.

புருசனும் பொஞ்சாதியும் பழைய பகைச் சொற்களை மறந்து தனியே சற்றுநேரம் பேசிக்கொண்டிருந்தனர்.

"சகாயத்தோட கடை வெலைக்கு வருது கொடிம்மா. ஒரு வாரத்துக்குள்ள பத்து லச்சம் புரட்டணும். நம்மளால முடியுமா?" என்றான். புதுமாப்பிள்ளையாய்ப் பார்த்ததுபே ல அவனை பிரமிப்பாக பார்த்தபடியே இருந்த கொடிககு, அவன் "நம்மளால முடியுமா?" என்று சொன்னதே கிறக்கமாய் இருந்தது. "என் நகைங்க இருக்குல்ல மாமா?" என்றாள். "ச்சீச்சீ... சும்மாவே நீ ஜொலிக்கணும்னு நினைக்கிறவன் நானு. பதவி வந்த நேரம் நகைங்க இல்லாம இருந்தா நல்லாவா இருக்கும்?" என்று இழுத்தவன், மாமனாரின் வரத்தால் அமைதியாய் டீவி.யை பார்ப்பதுபோல பாவனை செய்தான். உள்ளே அழைத்துச்சென்ற மாமனார், கொடியின் கையில் செக் ஒன்றை எழுதித் தந்தனுப்பினார். கேரம்போர்டில் எந்தக் காயின் முதுகைத் தீண்டினால் எந்தக் காய் பள்ளத்தில் வீழும் எனக் கணிப்பதுதானே ஆட்டசூத்திரம்? சரியாய் கணித்தாற்போன்றே காய் வீழ்ந்தது.

"சரி, வா கெளம்பலாம்" என்று, தன் புல்லட்டில் மின்னல்கொடியை ஏற்றிக்கொண்டு வீட்டுக்குக் கிளம்பினான்.

"பள்ளிக்கூடம் விட்டு வந்ததும் நானே கூட்டியாந்துவிடுறேன் ஜெகனேசனை" என்று மாமனார் சொல்லிவிட்டார். வழியில் மெதுவாய் கேட்டான்: "ஏன் கொடி, மாமாகிட்ட இருந்திச்சா... நாம சிரமப்படுத்திட்டமா" என்றான். "நீங்க என்னாங்க. எனக்கு செய்யாம யாருக்கு செய்யப் போறாரு? அதெல்லாம் ஒரு பிரச்சினையும் இல்ல. பத்து லச்சத்துக்கு செக் குடுத்திருக்காரு. நாளைக்கி காலையில பேங்குல மாத்திக்கலாம்" என்றாள்.

அடுத்தடுத்து காரியங்கள் நினைத்தாற்போல் நடந்தன. பல்ராமனிடம் இருந்து பத்து நாட்களுக்குள்ளாக பத்திரத்தை கிரயம் செய்து, சாவியை வாங்கி தம்பியிடம் தந்தான் பீமன். அதற்கப்புறம் கஜேந்திரன் பீமனை கூப்பிடவும் இல்லை. முறைக்கவும் இல்லை. பீமனுக்குப் பதவி கிடைத்ததை மணற்குப்பம் பகுதியைச் சேர்ந்த பீமனின் உறவுக்கூட்டம் பெரிய அளவில் கொண்டாடியது. ஊரெல்லாம் லித்தோ போஸ்டர்களும் ஃப்ளெக்ஸ் பேனர்களும் மின்ன, தலைவரை அழைத்து ஒரு நலஉதவி வழங்கும் விழாவை நடத்தினான் பீமன். அந்தக் கூட்டத்திற்கு தலைமை என்று கஜேந்திரன் பெயரைத்தான் போட்டிருந்தான். அதற்குள்ளாக தலைவருக்கும் கஜேந்திரனுக்கும் இருந்த பூசல் குறைந்தாற்போல தோன்றியது. ஆனாலும் மேடையில் கஜேந்திரனை வைத்துக்கொண்டே பீமனை வாயாரப் புகழ்ந்து உயர்த்திப் பேசினார் தலைவர். மின்னல்கொடியின் குடும்பத்தாரும் அந்தக் கூட்டத்திற்கு வந்து முதல் வரிசையில் அமர்ந்திருந்தார்கள். சொக்கன் மாத்திரம் கூட்டம் முடிந்த மறுதினம் "பந்தலை இன்னும் பிரிக்கலியா?" என்று கேட்டு, கூட்டம் நடந்த இடத்தில் சலம்பிச் சென்றதாக பஞ்சு வந்து சொன்னான். பீமன் அதை மதிக்கவில்லை. கொசுவுக்கெல்லாம் வீரம் வருது என்று முனகிக் கொண்டான்.

மறுபடியும் முழுகாமல் இருக்கிறாள் எனத் தெரிந்ததும் மின்னல்கொடி வீட்டார் வந்து அவளையும் ஜெகனேசனையும் அழைத்துப் போனார்கள். ஒருவிதத்தில் அது பீமனுக்கும் நிம்மதியைத் தந்தது. கட்சியில் உட்கட்சி தேர்தலுக்கான தேதி

ஆத்மார்த்தி ● 47

அறிவிக்கப்பட்டது. இருபதே நாட்கள் இருந்த நிலைமையில் தலைவர், பீமனுக்கு மணற்குப்பத்தையும் கஜேந்திரன் வசம் ஊர்த்தோட்டம் மற்றும் பன்னிமேடு ஆகிய பகுதிகளையும் பொறுப்பு அறிவித்தார். பீமனின் பகுதிகளில் தேர்தல் எந்தக் குழப்பமும் இல்லாமல் தலைவர் மற்றும் அவரது மச்சான் ஜோதி ஆகிய இரண்டுபேரின் எண்ணத்துக்கேற்ப நடத்தி முடித்தான். அதில் கஜேந்திர விசுவாசிகள் சிலரைக் கட்டம் கட்டி ஒழித்தான். செல்வராஜூ, பாக்கியம், முத்துக்கனி போன்ற பழைய ஆட்களை மறுபடி பொறுப்புகளுக்கு தேர்வாக செய்தான். இத்தனையும் பீமனுக்கு ஊர்வாசிகள், கட்சிக்காரர்கள் மத்தியில் பெரிய மதிப்பை ஏற்படுத்தியது.

கஜேந்திரன் தன்னை நொந்தவாறு இருந்தான். ஒருபக்கம், கட்சி மாறிவிடலாமா என யோசித்தான். இத்தனை வருட ஏற்றத்தில் இது ஒரு சறுக்கல்கூட கிடையாது. இன்னொருவன் படபடவென்று மேலே வருவதை தாங்கிக்கொள்வதென்ன சாதாரணமா? மணற்குப்பத்துக்குள்ளே ராஜநடை நடந்த தன்னால் முன்புபோல் அங்கே செல்லமுடிகிறதா என தனக்குத்தானே மறுகினான். உண்மையில், பீமனின் சமீபத்திய வளர்ச்சியால் கஜேந்திரனின் மவுசு எந்தவகையிலும் குறைவதாய் அர்த்தம் இல்லை. ஆனாலும் ஒன்றே ஒன்று இருந்த இடங்களிலெல்லாம் இப்போது இரண்டு முகங்கள் அல்லவா தெரிகின்றன!

5. எதாவது செய்

ஹார்லி மில்லில் இருந்து பன்னிமேடு செல்லும்வழியில் சமாதானபுரம் பனிமய மாதா கோவிலுக்குச் செல்லும் பாலம் ஒன்று இருந்தது. கோயில் திருவிழா என்றால் மட்டுமே அங்கே கூட்டம் குழுமும். மற்ற தினங்களிலெல்லாம் சுற்றுப்பட்டுப் பகுதி இளசுகள் கிரிக்கெட் உள்ளிட்ட பல ஆட்டங்களை நிகழ்த்த பாலத்தைத் தாண்டியிருந்த

கரம்பை நிலம் உதவிற்று. பாலம் தாண்டினால் வலதுபக்கம் மாதா கோயில். இடதுபக்கம் கரம்பை நிலம். அதைத் தாண்டி மலைப்பகுதிதான். ரகசியங்களை திறப்பதற்கென்றே உருவானாற்போல் அந்த இடத்தின் இருளும் அமைதியைக் கிழிக்கும் பூச்சிகளின் சப்தமும் இருந்தன.

கரம்பை நிலத்தில் தலைவரின் கார் ஏற்கனவே நின்றுகொண்டிருந்தது. கஜேந்திரன் கைகளை தன் மார்புக்குக் குறுக்கே கட்டியிருந்தான். அப்படி கைகட்டி இருந்தது செயற்கையாக இருந்தது. பீமன் புல்லட்டில் சென்று மரியாதையான தொலைவில் வண்டியை நிறுத்திவிட்டு தலைவரை இரு கைகளால் கும்பிட்டபடியே அருகே போனான்.

முகத்திற்கு நேரே பீமனைப் பார்த்து, "என்ன பீமா, கஜேந்திரனுக்கு சேர்மன் சீட் குடுக்கலாம்னு கட்சில முடிவு. நீ அவனுக்கு சரியா ஒத்துழைக்க மாட்டியோன்னு பயப்படுறான். நீ என்ன சொல்றே?" என்றார்.

இந்தக் கேள்விக்கான அரசியல் அர்த்தத்தை விறுவிறுவென்று யோசித்தான் பீமன். லேசாய் சிரித்தவாறே, "என்ன தலைவரே... நீங்க முடிவுபண்ணி ஒரு ஆளை நிப்பாட்டும்போது ஒத்துழைக்காம என்ன செய்யப்போறேன் நான்? என்றவன், கஜேந்திரனை சாதாரணமாய் பார்த்து, "உனக்கென்ன கிறுக்கா பிடிச்சிருக்கு. என்னைய சந்தேகப்படலாமா நீய்யி...?" என்றான். கஜேந்திரனின் முகத்தில் அதுவரைக்குமில்லாத நிம்மதி படர்ந்தது.

"அப்பறம் என்னய்யா, கஜேந்திரன். நீ ஜெயிச்சிட்டன்னு வெச்சிக்க. சின்னப்பிள்ள சண்டையெல்லாம் அரசியலுக்கு ஆவாது. நான் வரேன். ஒத்துப் போங்கப்பா" என்று கிளம்பிப் போனார். கஜேந்திரன், "சரக்கடிக்க வர்றியா?" என்று கேட்டதற்கு, "நான் குடிய விட்டுட்டேன். தெரியாதா?" என்று நகர்ந்தான் பீமன்.

பீமனுக்கும் கஜேந்திரனுக்கும் இடையே இருந்த ஒற்றுமை என்ன? இருவருமே சாமான்ய பிறரைப்போல குடும்பம்

குட்டி, வேலை, வீடு வாசல், வாழ்க்கை என்று வாழ்பவர்கள் இல்லை. கஜேந்திரனுக்கு முன்னால் பல வழிகள் இருந்தன. அரசியல் அத்தனை வழிகளையும் வெளிச்சப்படுத்தியது. அவனுக்குப் பல வேலைகள் தரப்பட்டன. அரசியலுக்கு அவன் போன்ற காரியக்காரர்கள் வேண்டியிருந்தார்கள். தான் செய்யும் எதையும், தன் அரசியல் என்றே கஜேந்திரன் கருதினான். கஜேந்திரன் கை ஓங்கினாலும் கத்தி தூக்கினாலும் அரிசி கடத்தினாலும் கொலை செய்தாலும் கற்பழித்தாலும் என்னென்ன செய்தாலும் எல்லாம் அரசியலின் ஒரு பகுதிதான். அப்படி அவனது பல வேலைகளைச் செய்து முடிக்கிற ஒரு மனிதக் கருவியாகத்தான் பீமன் வந்தான். அவனுக்கும் வாழ்வதற்கான வழியாக அரசியலே இருந்தது. இன்னும் சொல்லப்போனால் கஜேந்திரனுக்கு கடவுளை தரிசிக்கிற வாய்ப்பு முங்கூட்டிக் கிடைத்தது. அது கிடைக்காத பீமன், கஜேந்திரனை தரிசித்துக்கொண்டே இருப்பதன்மூலமாய் தனக்கும் அந்த வாய்ப்பு ஒரு நாள் வரும் என்று நம்பினான்.

கம்போ, கத்தியோ... தான் கஜேந்திரனுக்காகத் தூக்கும்போதெல்லாம் அதன் பின்னால் கஜேந்திரனை இயக்கும் செல்வசேகரனின் முகமும் குரலும் பீமனுக்குள் எப்போதும் வந்துபோகும். மானசீகமாய் அவரையே தான் சென்றடைய வேண்டிய இலக்காகவும் தன் பிரார்த்தனைகளை நிறைவேற்றவேண்டிய திருத்தலமாகவும் வைத்திருந்தான். அப்படி ஒரு நாள் வராத வரைக்கும் எல்லாம் கஜேந்திரன் வசம் இருந்தது. அல்லது அப்படி அவன் நம்பினான். அந்த ஒரே ஒரு நாள் அவனது வருகைப்பிறழ்வு கஜேந்திரன் மற்றும் பீமனின் வாழ்க்கைகளைப் புரட்டிப் போட்டதை அவனால் எத்தனையோ நாட்கள் ஆகியும் ஜீரணிக்க முடியவே இல்லை.

கஜேந்திரன் பார்த்துப் பார்த்து சேர்த்த கூட்டம் அவனுடையது. பீமன் ஒரு நாளும் கஜேந்திரனாக ஆகிவிட முடியாது என்றுதான் இறுமாந்திருந்தான். "வசதியற்றவன். ஒரே ஒரு நொண்டித் தம்பி. இவன் வாழ்வெல்லாம் என் காலை அண்டியே இருக்கப்போகும் நாய்" என்றுதான்

நினைத்திருந்தான். கஜேந்திரன் கணிக்காமல் விட்ட ஒரே ஒரு விசயம், பீமனின் உறவுக்கூட்டம். ஒருகாலத்தில் அரசியல் ஆசை இருந்து, அதைவிடுத்து தொழில், வீடு, வாழ்வு என்று சுருங்கிப்போன வெங்கடேசன், தன் மகளை பீமனுக்குக் கட்டிக் கொடுத்ததே கஜேந்திரன் எதிர்பாராத விசயம்தான். அப்போது கூட "இவனுக்கு வந்த வாழ்வைப் பார்றா" என தனக்குள் சொல்லிக் கொண்டானே ஒழிய, அதை பீமனின் அரசியல் ஏற்றத்துக்கு உதவப் போகும் கஜானா என்று பார்க்கத் தோன்றவில்லை. அவனே முன்நின்று தன் பெருமை பேசிக்கொண்டே பீமனின் திருமணத்தை நடத்திவைத்திருப்பானா? கலைத்திருப்பான் இல்லையா? அதன் பின்னரும் பீமனுக்கும் மின்னலுக்கும் சண்டையாகி இருவரும் பிரிவின் கரைவரை போனதையும் என்னென்று அறியாமல் தனக்குள் ரசித்தான்.

வசதியில்லாத பீமன், தன்னைச் சார்ந்திருக்கும் அடியாள் என்றிருந்த அத்தனை பிம்பமும் கஜேந்திரனுக்கு அடுத்தடுத்து மாறியதைத்தான் அவனால் தாங்கமுடியாமற் போனது. தலைவர் திடீரென்று அவனை செல்லம் கொஞ்சியது பலமான முதல் அடி என்றால், மாமனார் காசை விட்டெறிந்து பலராமனின் கடையை கிரயம் முடித்தபோது லேசாய் யோசித்தான் கஜேந்திரன். இப்போது விட்டால் தனக்கு ஆப்பு வைப்பான் என்று உள்ளே பெரும் ஓலம் கேட்டுக்கொண்டே இருந்தது. அவசரப்பட்டு வாய வுட்டுட்டமோ... பய்யன் எட்டடி தாண்டுறான்... அபாயம் என்று யோசித்துக் கொண்டிருக்கும்போதே, தலைவர் அவனுக்கு சமமான பதவியைத் தந்தபோது நிலைகுலையவே செய்தான்.

'வாடீ வா... செலவு செய்தாத்தான் அரசியல். பிச்சைக்காரனுக் கெல்லாம் அது சரி வராது' என்று, அப்போதும் அதனை தனக்குச் சாதகமாய்ப் பார்த்த கஜேந்திரனுக்கு சரியான பாடம் எங்கே, எங்கனம் காத்திருந்தது என்றால், பீமனின் உறவுக்கூட்டம் அவனுக்குப் பதவி கிடைத்ததைத் தங்கள் ஒவ்வொருவருக்கும் கிடைத்ததாகக் கருதி ஊரையே அமளிதுமளிப்படுத்தியபோதுதான். கஜேந்திரன்

தன் உறவுகளில் இருந்து தள்ளியே நிற்பவன். என்னால்தான் இந்த உலகம் சுழல்கிறது என்ற அடிப்படை நம்பகம் அவனை அப்படி வைத்திருந்தது.

தலைவரை தனியே சந்தித்து அவர் கால்களில் விழுந்தவன், 'நான் தான் அடுத்த சேர்மன்னு நீங்க சொன்னாத்தான் எழுந்திருப்பேன்' என்று அழுது புலம்பினான். உங்களுக்காக என்னல்லாம் செய்திருப்பேன் என்று கழுத்தைப் பிடித்துக் கேட்டால் யாருக்கும் கோபம் வரும். அதையே காலைப்பிடித்துக் கேட்டால் ஆதுரம் பொங்குமல்லவா? அரசியலில் கழுத்து கிட்டாத யாருடைய காலையும் விடாமற் பிடித்துக்கொள்வது பலனளிக்கும். சேர்மன் வேட்பாளராக அறிவிக்கப்பட்டான் கஜேந்திரன்.

6. எட்டு ஓட்டு

தான்தான் அடுத்த சேர்மன் என கிட்டத்தட்ட உறுதியாகிவிட்ட நிலையில், சேர்மனுக்கு அதாவது கஜேந்திரனுக்கு திடீரென்று ஒரு ஆசை வந்தது. எப்போது என்றால் எலக்சன் அறிவித்ததில் இருந்து முப்பத்தி ஏழு நாட்கள் பிரச்சாரமெல்லாம் முடிந்து ஊரெல்லாம் சுற்றிவந்து பலவித பிரச்சார யுக்திகளை எல்லாம் பிரயோகம் பண்ணி அனைத்துக்கும் பீமனை கூடவே வைத்துக்கொண்டிருந்து விட்டு, நாளை மறுநாள் எலக்சன் ரிசல்ட் என்றானபோது அந்த ஆசை அவனை சித்ரவதை செய்தது.

தான் பதவி ஏற்கும்போது பீமன் உயிரோடு இருக்கக்கூடாது என்று முடிவு செய்தான். பீமனைப் போடுவதற்காக அவன் குறுக்கு மூளை ஆபத்தே இல்லாத ஒரு வழியைத் தேடியது. பன்னிக்கிடைக்கு என்றைக்கும் போகாதவன் பன்னிப் பண்ணை வைத்து வளர்க்கும் முருகனின் வீடு தேடிப் போனான்.

"உனக்கு பீமன்கூட பகையிருக்கு. எனக்கும் இருக்கு.

நீ அவனைத் தட்டி விட்டுறு. நான் நாளை மறுநாள் ரிசல்ட் வர்றப்போ இந்த ஊருக்குச் சேர்மனாய்ருவேன். உன்னைய நா பாத்துக்கிறேன். பத்து லட்சம் கூலி. இந்தா அட்வான்ஸ் ரெண்டு லச்சம் இருக்கு என்று, பாலித்தீன் கவரை வைத்துவிட்டு நடந்தான்.

ஓட்டளிக்கும் மக்களைப் போல் விசித்திரமான இச்சை கொண்ட இன்னொரு கூட்டத்தைப் பார்க்க முடியாது. யாரை எப்போது ஜெயிக்கவும் தோற்கவும்வைப்பது என்ற விளையாட்டை அவர்கள் பல காலமாய் ஆடிக்கொண்டே இருக்கிறார்கள். வெற்றியும் தோல்வியும் அவர்கள் கூட்டமாய்ச் சேர்ந்து யாருக்கோ தந்தாகவேண்டிய ஒரே விஷயம்தான். பெற்றுக்கொள்ளும் நபர்கள் மாறிக்கொண்டே இருப்பது அவர்களுக்குக் கிடைக்கும் உல்லாச அனுபவம்.

கஜேந்திரன் வெறும் எட்டு ஓட்டுகளில் தோற்றுப் போனான். முனுசாமி என்ற பீமனின் சாதியைச் சேர்ந்த ஆனால் அவர்களுக்கு எதிரிக் கட்சியைச் சேர்ந்த கஜேந்திரனைவிட ஆறு வயது மூத்த முன்னாள் மில் தொழிலாளி சேர்மனாக ஜெயித்திருந்தார். இது முனுசாமியின் கதையாக இருந்தால் இந்த இடத்தில் மகிழ்ச்சி இருக்கக் கூடும். இல்லையல்லவா...? எத்தனை தடவை கூட்டினாலும் எட்டே எட்டு ஓட்டுகள்தான் வித்தியாசம். ஒரேநாளில் எல்லாம் தலைகீழாகிப் போனது. எட்டு என்னும் எண் அவனை வெறியாக்கியது. அவனைப் பார்த்து பயந்த பலரும் எட்டு என்று கூப்பிட்டார்கள். அவன் எதைப் பார்த்தாலும் எட்டு எனும் எண்ணின் உருவமே தெரியத் தொடங்கிற்று. பைத்தியத்தின் அருகாமையில் தளர்ந்தான் கஜேந்திரன். ரெண்டு நாளாய் வீட்டுக்குள்ளேயே ஃபுல் போதையில் உருண்டுகொண்டிருந்தவன், வீட்டிலிருந்த கட்சித் தலைவர்கள் ஃபோட்டோவையெலாம் எடுத்து தெருவில் எறிந்தான். அமைச்சர் ஆஃபீசில் சொல்லாமல் செல்வசேகரனை தேடிப்போய், “எல்லாம் நீ தான்யா காரணம். உனக்கு விசுவாசமா இருந்ததுக்கு என்னைய சரிச்சிப்புட்டேல்ல... எத்தினி செய்திருப்பேன்? எட்டு ஓட்டுல போச்சின்னு நம்பச்சொல்றியா? நீயும் அந்த பீமனும் சேர்ந்து குழி வெட்டிட்டீங்கல்லய்யா. நன்றி வேணாம்... பாரு! முதல்ல அந்த பீமனை போட்டுத் தள்றேன். அப்பறம்

உன்னைய வெச்சிக்கிறேன்” என அழுதவன், திடீரென்று தரையில் குனிந்து மணலை அள்ளி விசிறினான். அந்த நேரம் கட்சிக்காரர்கள் கூட்டமாய்க் காத்திருக்க, ‘இந்த கிறுக்குப்பயல கூட்டிப் போங்கய்யா’ என்று மாத்திரம் சொல்லிவிட்டு, “பீமனை பேசச்சொல்லு ஜேம்சூ” என்று, தன் ட்ரைவரிடம் சொல்லிவிட்டு குளிக்கப் போனார் தலைவர்.

அந்தநேரம் முருகன் பீமனைச் சந்தித்தான். “இந்தா பார்... எங்கக்கா செத்ததுக்கு நீ காரணமில்ல. ஏன் யாருமே காரணமில்ல. அவளுக்குக் கடுமையான வயித்து வலி. சாவுறதுக்கு முன்னாடி எனக்கு ஃபோன் செய்து அழுதுட்டுதான் மருந்தைக் குடிச்சா. என் கிட்டே சொல்லிட்டு சாகணும்னு ஒண்ணும் எனக்குப் பேசல. சாவுறதுக்கு முன்னாடி உனக்கும் அதுக்கும் எந்த சம்பந்தமும் இல்லைன்னு எனக்கு புரியவெக்கிறதுக்குத்தான் பேசுனா. இதை நா வெளில சொல்லல. எங்கக்காவுக்கு உன்னிய ரொம்பப் பிடிக்கும். எனக்குக்கூட பிடிக்கும்னு வெய்யி... நீ சாகணும்னு என்னால நெனைக்க முடியாது. கஜேந்திரன் நன்றிகெட்டவன். இப்ப கிறுக்கனாவும் ஆய்ட்டான். நான் கண்காணாத எதுனா ஊருக்குப் போறேன். நீ முந்திக்க. அவனப் போட்டுரு. நான் இல்லாட்டி இன்னும் வேற ஆளுகள வெச்சி நிச்சயமா அவன் உன்னைய கொல்லப் பாப்பான். வரேன்:” என்று மெலிதான குரலில் சொல்லிவிட்டுக் கிளம்பிப் போனான். சற்றைக்கெல்லாம் பீமனுக்கு தலைவரிடமிருந்து ஃபோன் வந்தது.

7. வேறு வழியில்லை

பீமனுக்குப் பசித்தது. நேற்று மதியானம் சாப்பிட்டது. இரவெல்லாம் கண்விழித்து கோழிக்கூண்டு லாரியில் அத்தனை நாற்றத்துக்கிடையே பயணம் செய்தது தூக்கமே வரவில்லை. வெறும் வயிற்றில் குடித்திருக்கக் கூடாது. முதலில் ஊரிலேயே இருந்து சமாளித்து விடலாம் என்றுதான் சகாயம்

சொல்லியிருந்தான். நேரம் ஆக ஆக போலீஸ் ஒருபக்கம் தேட இன்னொரு பக்கம் கஜேந்திரனின் சொந்தக்காரர்களில் இளவட்டமாய் ஒரு க்ரூப் தன்னை தேடிக் கொண்டிருப்பதாகத் தகவல் வந்தபின்தான் லேசாய் பயம் வந்தது. சரி, தப்பென்று எதுவுமே இல்லை. தனக்குத் தேவையாய் இருக்கும் எதையும் செய்துவிடுவதைத் தவிர வேறுவழியில்லை. கஜேந்திரனுக்கு, தான் உயர்த்திய கத்தியின் கூர்முனைதான் சாவைத் தந்தாகவேண்டும் என்பது அவன் விதி. தான் வெறும் கருவி என்றெல்லாம்0 ஒருபுறம் எண்ணினான். இன்னொருபக்கம் மின்னல்கொடி மற்றும் ஜெகனேசனின் முகங்கள் வந்துபோயிற்று. அசந்த நேரம் வசந்தி வந்து, ‘என் தாலிய அறுத்துட்டியேடா பாவி!’ என்று, தலைவிரிகோலமாய் அழுத பிம்பம் சுத்தமாய் தூக்கத்தை அகற்றிப்போனது.

காலை ஏழு மணிக்கெல்லாம் திருப்பத்தூர் வந்து சேர்ந்தார்கள். கூடவே, தன் டிரைவர் பழனியை துணைக்கு அனுப்பியிருந்தார் வக்கீல் ஆரோக்கியம். “இங்க சிரமம். சவுத்துக்குப் போயிருங்க பீமன்... திருப்பத்தூர் போங்க. என் க்ளாஸ்மேட் செழியன்னு. நம்ம கட்சி வக்கீல்தான். அந்தூர்லயே பெரிய வக்கீல். நா பேசிட்டேன். காலைல அங்கே ஆஜராகிக்கலாம். அப்பறம் ப்ரொசீஜர்ஸ் மூவ் பண்ணிக்கலாம். முதல் தடவை டிக்ளைன் ஆகும் பெயில் பெட்டிசன். ரெண்டாவது ரவுண்ட்ல தெரிஞ்ச ஆளுகளை அழுத்தம் பண்ணி வாங்கிடுவம். நீங்க எதுக்கும் கவலைப்படாதீங்க” என்று, கோழி வண்டியில் ஏற்றிவிட்டார். அதற்குள் சகாயம் கொஞ்சம், மாமனார் கொஞ்சம் என கத்தையாய் பணம் வந்து சேர்ந்திருந்தது. ஏரியாவில் யாருமே இருக்க வேணாம் என்று சகாயத்தையும் திருவள்ளூர் தாண்டி ஒரு பண்ணை வீட்டுக்கு அனுப்பினார் வக்கீல். மாமனார் வீட்டையும் அலர்ட் செய்தாயிற்று.

“வேற வழியில்லைங்க. என்னாங்க...?” என்று திரும்பத் திரும்ப சொல்லிக்கொண்டிருந்தான் பழனி.

அன்றைக்கும் வழக்கம்போலவே இன்னொரு நாளாய்ப் புலர்ந்து கொண்டிருந்த திருப்பத்தூருக்கு, சற்றும் தெரியாது

பீமன் என்ற ஒருவன் வந்து சேர்ந்தது. எந்த ஊருமே அன்னியர்களுக்குத் தருவதற்கென்றே பெரும் அலட்சியத்தை தன்னோடு வைத்திருக்கிறது. பீமன் முகத்தில் பெரிய துண்டை சும்மா சுற்றியிருந்தான். ஒருபுறம் அவமானமாக இருந்தாலும் இன்னொருபுறம், அது தேவையானது என்பதுவும் புரிந்தது. பேப்பர்களில் தன் புகைப்படம் வந்திருக்கிறதா எனப் பார்த்தான். சென்னையைச் சுற்றிய பதிப்புகளில் மட்டும்தான் வந்திருக்கும் என்று சின்னதாய் ஒரு நம்பிக்கை இருந்தது. அதை பழனி தகர்த்தான். தினசரி பேப்பரின் முதற்பக்கத்தில் ‘உட்கட்சிப் பூசல். கட்சிப் பிரமுகர் கொலை. சக கட்சிக்காரர் வெறிச்செயல்’ என்றிருந்தது. தனக்கும் அதற்கும் சம்பந்தமே இல்லாததுபோல் பார்த்தான் பீமன்.

செழியன் என்னும் வக்கீலின் ஆபீஸ், திருப்பத்தூர் பஸ் ஸ்டாண்டுக்கு கொஞ்சம் பக்கத்திலேயே மெயின் ரோட்டில் இருந்தது. அதற்கு எதிரே இருந்த காம்ப்ளக்ஸில் வரிசையாக கீழ்த்தள கடைகளில் ஓபராய் சலூன் அடுத்து ஜீவா காபி பார் அதற்கடுத்து ஒரு சிமெண்ட் கடை அதற்கடுத்து மாடிப்படி இருந்தது. அதனைத் தாண்டி நாலைந்து கடைகளை ஒருங்கிணைத்து சூப்பர் மார்க்கெட் ஒன்று இருந்தது. பழனி, பீமனை டீக்கடை முன் பக்க பெஞ்சியில் உட்காரச் சொல்லிவிட்டு இங்குமங்கும் அலைந்தபடி இருந்தான். உண்மையில் அவனுக்கு பயமாகவே இருந்தது. கூட வந்திருப்பவன் ஒரு கொலையைச் செய்துவிட்டு வந்திருக்கிறான். ஆனாலும் அவனோடு போகச்சொல்லி முதலாளி அனுப்புகிறார். நான் ஏன் உன்னோடு ஒட்டிக்கொண்டிருக்க வேண்டும், என் இஷ்டப்படி நான் இருக்கிறேன் என்றாற்போல அடிக்கடி வந்து, எதுனா வேணுமா, டீ சொல்லவா என்றெல்லாம் கேட்டுச் சென்றான். ஆனால் முகத்துக்கு நேரே பீமனை தெரிந்தாற்போல் காட்டிக்கொள்ளவில்லை. எதோ ஒரு திசையைப் பார்த்துப் பேசினபடி இருந்தான்.

இப்போதுதான் மணி எட்டு. வக்கீல் வர பத்து மணியாகுமாம். மணற்குப்பத்தில் இப்போது என்ன நிலைமை என்று தெரியவில்லை. யாருக்காவது ஃபோன்

செய்யலாமா? வேண்டாம் என்றே முடிவெடுத்தான். வக்கீல் சொல்லியிருந்தார். எதுவும் ஆகாது. நீங்க எஸ்ஸாவணும். அது மாத்திரம்தான் உங்க கவனத்ல இருக்கணும். மத்ததைப் பத்தி எதும் யோசிக்க வேணாம். புரியுதா? வழில 'எங்கேயிருந்தும் யாருக்கும் ஏன், எனக்கேகூட நீங்க ஃபோன் செய்யக்கூடாது. இன்கமிங் கால் வந்தா மாத்திரம் அட்டெண்ட் பண்ணுங்க' எனச் சொல்லி, புதிய செல் மற்றும் நம்பரைத் தந்தார். அவனது செல்லை வாங்கி வைத்துக்கொண்டார்.

சிமெண்ட் கடையைத் திறந்தவனுக்கு முப்பது வயது இருக்கும். மிக ஒல்லியான தேகம். கூடவே, பின்னால் முதலாளி போன்ற ஒருவன் நுழைந்து சாமி கும்பிட்டான். பீமன் அமர்ந்திருக்கும் இடத்தில் இருந்து துல்லியமாக எல்லா கடைகளின் உட்புறமும் தெரிந்தது. சலூனை சற்றுநேரம் பார்த்தபடி இருந்தான். இங்கே ,இந்தத் தெருவில் இப்போது நடமாடும் யாராவது என்னைப் போல சுடச்சுட ஒரு கொலையைச் செய்துவிட்டு சரணடையக் காத்திருப்பார்களா என்று ஒரு கணம் யோசித்தான். ஒருவிதத்தில் அவனுக்கு நிம்மதியாகத்தான் இருந்தது. சாகவேண்டிய ஒருவன் தான் செத்திருக்கிறான். திடீரென்று இருட்டினாற்போல் மழைக்கு முந்தைய சப்தங்கள் கேட்டன.

சிமெண்ட் கடைக்காரன் யாரிடமோ ஃபோனில் பேசுவது கேட்டது.

"இங்க பாருங்க பெரியசாமி அண்ணே... நான் சொல்றதைக் கேளுங்க. உங்களுக்கு ஒரு காரியம் ஆகும்னுதானே வந்தீங்க? உங்க கூட வந்த ஆளும் அதுக்குத்தான வந்தாரு? என்னால முடிஞ்சவரைக்கும் ட்ரை பண்ணேனா இல்லியா? அதுக்கு தண்டனையா.?"

இப்போது பழனி எதிரே அமர்ந்து டீ சொன்னது தெரிந்தது. தனக்கு வழங்கப்பட்ட டீ கிளாஸை அசுவாரசியமாக ஏந்தினான்.

"வக்கீலு வந்திட்டு இருக்காப்ளயாம், ஃபோன் வந்திச்சி" என்றான் பழனி.

இவன் தலையை மாத்திரம் ஆட்டினான்.

இப்போது சிமெண்ட் கடைக்காரன் குரல் ஏறியது.

"பெரியசாமி அண்ணே... என்னைய என்ன வக்கத்த நாயின்னு நெனைக்கிறீகளா? உங்ககூட வந்த ஆளுதாங்க ராங்கா பேசுறான்.அவனுக்கென்ன மரியாத? இது வெறும் செருப்புன்னு எப்டிச் சொல்வீங்க? என்னண்ணே பேசுறீங்க... வாங்கி ரெண்டுநாளு கூட ஆகல. ஆயிரத்தி நூறு ரூபா. பில்லுகூட இருக்குது. நான் ஏங்க பொய் சொல்லப்போறேன்? உங்க கூட வந்தவன் அவன் பேர் என்ன பன்னீரோ, பாயாசமோ... அந்தாளு செருப்பு இங்கதாங்க கிடக்குது. வந்து பார்த்துக்கங்க."

எதிர்முனையில் எதோ பேசிக்கொண்டே போக இவனுக்கு இங்கே சூடு ஏறுவது நன்றாய்த் தெரிந்தது.

"இங்க பாருய்யா... என் பொண்டாட்டி கேக்குறா ஒரு புதுச்செருப்ப காக்குறதுக்கு வக்கில்லையான்னு. இதெல்லாம் ஒரு பொழப்பா? பிச்சைக்கார நாயி செருப்பத் திருடுறதெல்லாம் ஒரு வேலையா? அவன அடுத்து எங்கன பார்த்தாலும் என் செருப்பக் கழட்டி அடிச்சே தீருவேன். பன்னீருகிட்டே சொல்லும்... உமக்கென்னய்யா மரியாத? சொந்தமாவது மயிராவது... பேசாதய்யா, வச்சிரு. இன்னும் எதாச்சும் வெஞ்சிரப் போறேன்."

ஃபோனை ஆத்திரத்தில் தூக்கி அடித்தவன் மறுபடி வேறு எண்ணை ஒற்றி ஆவேசமாய்ப் பேச ஆரம்பித்தான். "மாப்ள... நாந்தான் சுரேசு பேசுறேன். ம்ம்... அந்தாளு பெரியசாமிகூட வந்தாண்டா. போறப்ப என் செருப்பு புதுசுடா மாப்ளே. அத தூக்கிட்டு போயிட்டாண்டா களவாணிப் பய" என்று விடாமல் பேசியபடி இருந்தான்.

எதிரே நிழலாடியது

ஒரு ஸ்பெலண்டரில் இருந்து இருவர் இறங்கினர். "நான் செழியன். இது பாஸ்கர். இவரோட போங்க. சரண்டர் பண்ணித் தருவாப்ல. உங்கமேல சஸ்பெக்ட்

இருக்கறதால சரணடையிறீங்க. செஞ்சதா ஒரு இடத்லகூட சொல்லக்கூடாது. அதேமாதிரி விரோதமான்னு கேட்டா நட்புத்தான். விரோதமெதும் இல்லைன்னே சொல்லுங்க. கேக்குற கொஸ்டீனுக்கு மாத்திரம் ஷார்ட்டா ஆன்சர் பண்ணுங்க. மதுரை ஜெயில்தான் அலாட் பண்ணுவாங்க. அப்பறம் பார்த்துக்கலாம்" என்று கை குடுத்தான்.

"சரி, கௌம்பலாமா" என்று, தயாராய் வந்து நின்ற ஆட்டோவில் பாஸ்கர் முதலில் ஏறிக் கொண்டான். நடுவில் பீமன் அமர அந்தப் பக்கம் பழனி உட்கார்ந்தான். டிரைவரின் முதுகைத் தொட்ட பாஸ்கர், "கோர்டுக்கு போப்பா" என்றான். ஆட்டோ அரைவட்டம் அடித்துத் திரும்பியது. சிமெண்ட்கடை வாசலில் அந்த சுரேசு பலத்த குரலில் இறைந்துகொண்டிருந்தான்.

"அவன் காலை வெட்டாம விடமாட்டேன்... பாத்துக்கிட்டே இரு" என்று.

பாஸ்கர் கிசுகிசுப்பான குரலில், "தலைவர் செல்வசேகரனோட பீ.ஏ. பேசுனாரு. அவர் பேரை எந்த இடத்லயும் நீங்க இன்க்ளூட் பண்ணிர வேண்டாம்னு சொல்லச் சொன்னார். அப்பறம் இன்னொரு விஷயம். உங்களை கட்சிலேருந்து நீக்கிருக்காங்களாம். இந்த கேஸ் பரபரப்பெல்லாம் சரியானப்புறம் மறுபடி சேர்ந்துக்கலாம்னு சொல்லச் சொன்னாப்ல. பார்த்து..." என்றான். அன்றைய தினத்துக்கான வெயிலை கிழித்துக்கொண்டு ஆட்டோ போய்க்கொண்டிருந்தது. எதுவும் பேசாத பீமன், பழனியின் முகத்தை திரும்பிப் பார்த்தான். பழனி பயத்தை மறைத்துக்கொண்டு சிரித்தான்.

•

கல் மண்டபம்

1

கணேஷ் அப்பிடிக் கேட்பான்னு எனக்கு சத்தியமாத் தெரியாது. சொல்லப்போனா இத்தனை வருசம் கழிச்சி கணேஷ்னு ஒருத்தன் திரும்பி வந்து என் கையைப் பிடிச்சி நான் வெகுதூரம் வெளியேறிட்ட என் பழைய கதைக்குள்ள அழைச்சிட்டுப் போவான்னு நான் எதிர்பார்த்திருப்பேனா.

. ?நானும் கணேஷும் ஒண்ணாவதுலேருந்து ஒண்ணாத் திரிஞ்சவனுங்க. எங்களுக்குள்ள ஆயிரம் வேத்துமைகள் இருந்தாலும் ஒரு அபூர்வமான ஒத்துமை எங்களை எப்பவுமே இணைச்சி வைக்கும். அதென்னன்னா இழுவை. கஞ்சா புகைக்கிறது. இருங்க எழுந்துடாதீங்க. ஒரு கதையில எல்லா வரிகளும் வார்த்தைகளும் முகத்தை சுளிக்கிறாப்ல இருக்க முடியாதுல்ல. . ?நானும் கஞ்சா புகைக்கிறதுக்கு எதிரானவன் தான். அதை நியாயப் படுத்தறவன் இல்லை. வேணும்னா இந்தக் கதையோட கீழ்ப்புறத்துல புகைபிடித்தல் புற்று நோயை வரவழைக்கும். உயிரைக் கொல்லும்னு எச்சரிக்கை போட்டுர்றேன். இந்தக் கதைக்குத் தேவைப்படுதுன்றதால தான் அந்த விஷயத்தை இவ்ளோ ஆரம்பத்துலயே ஓபன்

செய்ய வேண்டியதாய்டுச்சி. உங்களுக்கும் அதுல இருக்கிற தேவையோட நியாயம் பின்னாடி புரியும்.

கணேஷ் எப்பவாச்சும் ஊருக்கு வருவான். அவன் சில சமயம் வருஷக்கணக்கில வரமாட்டான். அவன் எப்பல்லாம் வர்றானோ நானும் அவனும் சேர்ந்து இழுவையை போடுவம். அதுவும் மொத்தம் மூணு நாலு முறை மட்டும். மற்ற படிக்கு வெறும் சிகரட் கூட நான் பிடிக்கிறதில்லை. எனக்கு அது தேவையில்லாத தேவை. சரி போகட்டும். நாம கதைக்குள்ள போகலாம். இந்த முறை கணேஷ் வந்த உடனே அப்பிடிக் கேட்பான்னு நான் சத்தியமா நினைக்கலை. போன வருசம் கூட வந்தான் ஸார். ஆனா கேட்கலை. அப்பிடி என்ன கேட்டான்னா

கல்மண்டபத்துக்குப் போவமா ரவீ...?

எனக்கு உண்மையாவே சுத்திச்சி. கிர்ருன்னு உள்ளே பல சக்கரங்கள் சுத்தி, காலம் முன்பின்னா என்னைக் கீறி எனக்குள்ள பழைய சத்தங்கள், மறந்துபோன புன்னகை, வெறுப்பு, வேதனை, சந்தோஷம், சிரிப்பு, செண்ட் வாசம், வியர்வை நாற்றம்னு கலந்துகட்டியா என்னென்னவோ வந்துபோச்சி. ஒரே ஒருபேரை மறக்குறதுக்கான முயற்சிதான் என்னோட வாழ்க்கைன்னு தோணிச்சி. பாருங்க எவ்ளோ பொயட்டிக்கா வருதுன்னு. சரண்யா இப்ப என்ன பண்ணிட்டு இருப்பா... எப்டி இருப்பா...? எனக்கு அவளைப் பார்க்கணும்னு ஆசையா இருந்திச்சி.

கணேஷ் கேட்ட கேள்விக்கு பதிலே சொல்லலை. நானா எழுந்திரிச்சி என் வண்டியை எடுத்துக்கிட்டு கெளம்பிட்டேன். வீட்டுக்கு வந்தவன் நேரா என் ரூமுக்குள்ள போயி கதவைப் பூட்டிக்கிட்டேன். சத்தமா டீ வி.யை வச்சிட்டு படுக்கையில விழுந்தேன். சரண்யா.

2

ஒரு ஏரியான்றது என்னங்க? நாலஞ்சு லேண்ட்மார்க். அதிகமா மக்கள் வந்துபோய் புழங்கறதுக்கான காரணம்.

இதைத் தவிர்த்துட்டு யோசிச்சா எல்லாமே ஒரே ஏரியாதான். இதான் இந்தக் கதையோட கருத்தான்னு எனக்குத் தெரியாது. இதுதவிர, ஒரு முழுக்கருத்து இருக்குது. எது என்னன்னா, அவன் அவன் விதிப்படி, அவன் அவன் வாழ்க்கைல தற்செயலா நடக்குறதுல எதுனா ஒண்ணு திட்டமிட்ட சதியவிட பயங்கர சூதா நடக்கும். யாருமே அதை தற்செயல்னு நம்பமாட்டாங்க. இழக்கறதுக்கோ, அடையறதுக்கோ எதுவுமே இல்லாம புரிஞ்சுக்குறதுக்கானதா அதுங்க நடக்கும்.

எனக்கு என்ன வியப்புன்னா இந்த உள்ளுணர்வுன்னு சொல்வாங்கல்ல. அதவிடப் பெரிய சனியன் தனியா தேவையில்லங்க. கணேஷ் சொல்லுவான்: "நான் குடிக்கறதும் இழுவையப் போடுறதும் எனக்குன்னா நெனைக்குற? இந்த கணேஷ் பாவம்டா. தான் சரீரத்த தானே தாங்கிட்டுத் திரியறவன். உள்ளுக்குள்ள இருக்கானே மனசாட்சிங்கற மாங்கா இருக்கானே... அவன் எப்பவுமே தூங்க மாட்டான். நாம சாப்படறதுல தனக்குன்னு ஒரு துளிகூட எடுத்துக்க மாட்டான். எல்லாநேரமும் முழிச்சினே இருந்து உயிர வாங்குவான். உண்மையில, அடிமையா இருந்து அவனவன ஆள்றது இந்த மனசாட்சிங்கற மாங்காதான். அதுக்குத்தான் இந்தக் குடி, இழுவை எல்லாம். தெருமுக்குல அலப்பர பண்ற சண்டியர அட்டாக் பண்ணி கொண்டுபோய் ரெண்டு நாள், மூணு நாள் அடியப்போடுற போலீஸ் மாதிரி" என்று சொல்லிவிட்டு, இன்னும் சோகமாக மூஞ்சியை வைப்பான்.

அந்தமாதிரி நன்மைக்கும் இல்லாம, தீமைக்கும் இல்லாம நடக்குற தற்செயல்கள் அதுவரைக்குமான எதாவது ஒரு கதைய ஆரம்பிச்சு அல்லது முடிச்சு வெச்சுரும். ஒரே ஜன்னலை உள்ளேருந்தும் வெளியேருந்தும் தொறக்கறதில்லையா பாஸ்?

3

1996 ஒலகம் எவ்ளோ வளர்ந்திருந்ததோ கிட்டத்தட்ட அந்தளவுக்கு திருநகரும் வளர்ந்திருந்தது. மொத்தம் எட்டு ஸ்டாப்ல அஞ்சாவது ஸ்டாப்புங்கறது ஒரு பெண்டு.

உள்ளே

1	பீஹாரி	07
2	அரசியல் பேசாதீர்	24
3	கல்மண்டபம்	60
4	சாம்பல் மரங்கள்	88
5	வாசனை	121

வாழ்வில் நான் முயன்றுபார்த்த அநேகங்களில் வாசிப்பிற்கு அடுத்து கைவந்ததென்று எழுத்தைச் சொல்லலாம். கதைகளைப் பொறுத்த வரை ஒவ்வொன்றும் ஒரு மடைமாற்றமாகவோ, செய்தி சொல்லக்கூடிய கருத்துச் சானலாகவோ இருக்கவேண்டுமா என்பதிலெல்லாம் எனக்குக் குழப்பங்கள் உண்டு. ஒரு நல்ல கதை எதுவும் செய்யாது என்பது என் நம்பிக்கை. ஒரு நல்ல கதையைப் படித்து முடித்துவிட்டு அதிலிருந்து வெளியேறும்போது, கொஞ்சமே கொஞ்சூண்டு அந்தக் கதையாகவும்தான் நம்மால் வெளியேறமுடியும். அந்தவகையில் தேய்த்த குற்றத்துக்காக பூதம் சுமந்து விளக்கை ஏந்தித் திரிவதே வாசகாம்ருதம்.

இந்தக் கதைகள் சற்றே நெடியவை. குறுநாவல்கள் என்று சொல்லத் தக்க ஐந்து கதைகள். இவற்றை கணையாழி, உயிர்மை, அந்திமழை, மலைகள்.காம். வெளியிட்டன. அந்தப் பத்திரிகையின் தேர்வுகளுக்கு நன்றி. என் முதல் குறுநாவலான அரசியல் பேசாதீர் மற்றும் சாம்பல் மரங்கள் குறித்து. தன் சொற்களால் என்னை மென்மேலும் வீர்யம் குன்றாமல் ஓடச் செய்த ஜீவ கரிகாலனுக்கும் சாருநிவேதிதாவுக்கும் தனித்த ப்ரியங்கள். என்னோடு எப்போதும் உடனிருக்கும் நண்பர்களுக்கு நன்றிகள். இந்தப் படைப்புகளை அழகுற புத்தகநிஜமாக்கும் டிஸ்கவரி புக் பேலஸிற்கும் மு.வேடியப்பனுக்கும் அன்பும் நன்றியும். கதைகள் வாழ்க. வாழ்தல் இனிது

அன்போடு

ஆத்மார்த்தி
9524727000
aathmaarthi@gmail.com

23.07.2018

ந.முருகேசபாண்டியனுக்கு...

அந்த எடத்தச் சொன்னாலே முக்குல இருந்த முனியசாமி டீக்கடையும், ஒட்டுனாப்புல இருந்த பாயோட கரிக்கடையும், ஆட்டுக்கறி இல்லை அடுப்புக்கரி பாஸ். அங்கருந்து பாத்தா ஒரு 63 டிகிரி தென்கெழக்குல கோணலா ஒரு வீதி ஸ்டார்ட் ஆகும். ஒரு காம்பவுண்டும் உள்ளுக்குள்ள மாடியும் கீழுமா ஒரு வீடும் இருந்தது.

தவமணின்னு கோயில் ஸ்டாஃப். அவரோட வீடு. மாடி ஒரு அரை போர்ஷன். அந்த வீட்ல யாரோ புதுசா ரெண்டு பொண்ணுங்க குடிவந்திருக்காங்கங்கற செய்தி ஏரியா முழுக்க தீயா பரவுச்சு.

இளையராஜா இசையில, கிட்டத்தட்ட ஒரு வருஷம் ஓடின சின்னத்தம்பி படத்துல ஒரு பாட்டு ரொம்ப பிரபலம். "போவோமா ஊர்கோலம்..." அதோட ஆரம்ப இசை கண்டிப்பா உங்களுக்கு ஞாபகம் இருக்கும்னு நெனைக்கறேன். அந்த ம்யூசிக்கோட ஆரம்பத்துலேருந்து அப்டியே மெல்ல நடந்து, புகையிலேருந்து எழுந்துவந்த புராண கால தேவதைமாதிரி வந்தா அவ. அதுக்கு முன்னாடிவரைக்கும் அழகுங்கற வார்த்தைக்கு ஈடா என்னென்ன வெச்சிருந்தேனோ எல்லாத்தையும் அழிச்சமாதிரி வந்தா.

இருங்க இருங்க... ஒரு லட்சம் காதல் கதைய பாத்திருக்கோம் நாங்கங்கற மாதிரி அசால்ட்டாதான பாக்குறிங்க? இது காதல்லாம் இல்ல சார். வேற ஒரு உணர்ச்சி. எப்டிச் சொல்றது...

என் குடும்பம், பாரம்பர்யம், அத்தனை நாள் எனக்கிருந்த ஞாபகம், நான் ஒண்ணும் பெருசா படிச்சிடலன்னாலும் எனக்குள்ள இருந்த படிப்பு எல்லாத்தையும் மறந்துட்டு அவ பின்னாடியே போயிடணும்ங்கற மாதிரியான ஒரு உணர்வு. ஒரு ராணிக்கு ரெண்டுபக்கமும் விசிறிக்கிட்டிருப்பாங்கல்ல, அந்தமாதிரி ஒரு மெண்டாலிட்டிதான் எனக்கு இருந்துச்சுன்னு வெச்சிக்குங்களேன். அவ கண் பாக்கற தூரத்துல கைய கட்டிக்கிட்டு அந்த அபாரமான அழகு அவகிட்டேருந்து விடைபெற்றுப் போகிறவரைக்கும், ஏன் போனப்புறமும்கூட அவ கூப்ட்ட குரலுக்கு ஓடி ஓடி எல்லாத்தையும் செய்யணும்ங்கற ஆச வந்துச்சு.

ஆத்மார்த்தி ● 63

எனக்கு சொல்லத் தெர்ல சார். "இந்த ஒவ்வொரு வாழ்க்கைலயும் ஒவ்வொருத்தருக்கும்" அப்டின்னு வழக்கத்துக்குள்ள இந்தக் கதையப் புகுத்திப் பாக்குற எல்லாரும் டிலீட் பண்ணிட்டுக் கௌம்புங்க சார். விண்லேருந்து எரிகல் வந்துச்சுன்னு சொன்னா. எங்க ஆயா ஊட்லயும் இன்னொண்ணு பாத்தேன்னு சொல்லக் கூடாது. இதான் சார்... இந்தக் கோவம்தான் சார் என்னோட நேச்சர். ஆனா அவளுக்கு மட்டும் நான் அவளோட நாய்க்குட்டி. சூழ்நிலைங்கறது என்னென்ன பண்ணும் தெரியுமா? நம் வீட்டுக்குப் பின்னாடி தெருவிலயோ அடுத்த தெருவிலயோ இயேசுநாதர், புத்தர், அப்துல் கலாம், காந்தி இவங்களோ ஹிட்லர், இடிஅமீன், ராஜபக்ஷே இவங்களோ பல வருடம் குடியிருந்தாகூட கண்டுக்கமாட்டோம். என்ன சொல்றிங்க? அட்ராக்சன்ங்கறது எதுத்தாப்ல இருக்கறதுதான்.

மிலிட்டரிக்கு ஆள் எடுக்குறாப்லதான் பாத்துப் பாத்து மாடி போர்ஷன்ல குடிவெப்பாரு தவமணி. போன கல்வியாண்டு வரைக்கும் பசங்களே புழங்கிட்டிருந்த எடம் அது.

முனியசாமி டீக்கடைதான் எங்களுக்கெல்லாம் ஆஃபீஸ். அவரு லீவே போட்டாலும் நாங்க அங்கதான் ஒக்காந்திருப்போம். இருங்க. என் செல்லக்குட்டிக்கு ஒரு பேரு வெப்போம். என்னமோ, அவள பாத்த உடனே "சரண்யா"ன்னு தோணுச்சு! என்னதான் அவளப் பெத்தவங்க ஒரு பேரு வெச்சிருப்பாங்கன்னாலும் 'நான்' அப்டிங்கற கான்செப்டுக்குள்ள அவளுக்கு இந்தப் பேரு இருந்துட்டுப் போகட்டும். என்ன ஒண்ணு, தனக்கு இப்டி ஒரு புதுப் பேரு கெடச்சிருக்குங்கறது தெரியாம என் கண்ணு முன்னாடியே இங்கியும் அங்கயும் போய்ட்டு வந்தா சரண்யா.

எங்கூடவே இருக்கற மூர் பேரு மூர்த்தி. ஆனா அவன் பேரு மூரு. ஒங்களுக்குத் தெரிஞ்ச பழமொழியோட தெரியாத அப்ளிகேஷன் அவன். எள்ளுன்னா எண்ணையா நிக்குறவன் இவன்தாங்க. "எனக்காக இத செஞ்சிர்றியா மூர்?" அப்டிங்கறதுக்குள்ள செஞ்சிருப்பான் மூர்த்தி.

தகுந்த ஆளும் சிக்கி, சூழ்நிலையும் ஒத்துவந்தா, 'சென்னைல இந்த மூர் மார்க்கெட், தன் தாத்தாவோடது'ங்கற அளவுக்கு

மூர்த்தி கெட்டிக்காரன். சொல்லாததெல்லாம் செய்றவன்தான் இந்த மூரு.

"அந்தப் புள்ள பேரு என்ன தெரியுமாய்யா "............" சொந்த ஊரு ராயப்பன்பட்டி. அவங்க அப்பா, அங்க மாவு மில்லு வெச்சிருக்காரு. மூணு பொண்ல மூத்தது இது. ஏற்கனவே பி.ஈ. வேற காலேஜ்ல முடிச்சிட்டு இப்ப எம்.ஈ. ரெண்டு வருஷம் நம்மூர்ல படிக்க வந்திருக்குது. கூடவே சுத்துதே அது, நம்ம தவமணிக்கு சொந்தம். ஹாஸ்டல் ஒத்துக்கல. நெறைய படிக்கணுமாம். அதான் தனியா வீடெடுத்து தங்கியிருக்காளுக. இன்னியும் ஒண்ணே முக்கா வருஷம் இங்கதான்..." என்றவாறே சிரித்துக்கொண்டு, தன் கழுத்தைச் சுற்றி இரண்டிரண்டு விரல்களை ஆட்டினான். "அதுக்குள்ள அவளுக்கு முழுசா வாக்கப்பட்ற மாட்டே நீயி...?" என்றான்.

"உனக்கு வேற வேல இல்லடா..." என்று அதட்டினேன். இந்த இடத்தில் மூன்று முக்கிய விஷயங்களை உங்கள் அனைவருக்கும் அழுத்தம் திருத்தமாய் தெரியப்படுத்த விரும்புகிறேன் நண்பர்களே!

1. இது காதல் அல்ல. எனக்குக் காதலிக்க வராது. அதன் மேலெல்லாம் பெரிய நம்பிக்கை இல்லை. யாராவது என்னைக் காதலித்தால் பதிலுக்குக் காதலிப்பேனா என்பதுகூட சந்தேகம்.

2. எனக்கு சரண்யாமீது ஏற்பட்டுள்ளது கிளர்ச்சி, கவர்ச்சி. பார்த்துக்கொண்டே இருக்க வேண்டும். அப்றம்... அவ்ளோதான். இதைத் தாண்டி நானே அனுபவிக்க வேண்டும். அது எனக்கே சொந்தமாக வேண்டும் இந்தமாதிரி எந்தக் கண்றாவியும் இல்லை. சமகாலத்துல எதிர்ப்பட்டுட்டோம்ங்கறதுக்காக யார் வேணா, யாரோட வாழ்க்கைல வேணா, என்ன வேணா பண்லாமா? நான் ஜஸ்ட் ஒரு பொதுஜனம், அவ ஒரு இஞ்ஜினியர். சோ, நோ காதல், நோ காமம்.

3. "ஆரம்பத்துல இதைவிடப் பாத்திருக்கோம். பின்னாடி காதலாய் கசிஞ்சே தீரும்" என்ற பெஸிமிஸ்டுகளுக்கு. இது என் கதை. நீங்கள் பார்க்க ஏதுமில்லை. "மனசு ஒத்துப்போயிட்டா படிப்பெல்லாம் ஒரு பிரச்சினையா?" என ஆரம்பிக்கும் நல்லவர்களுக்கு. இந்த மனசு, காதல்ங்கற ப்ராஜெக்ட்ல

எதெதெல்லாம் ஒத்துப்போனதா நெனைக்கிறோமோ அதெல்லாம்தான் பிச்சுக்கும். நம்பிக்கை இல்லாதவங்க ஒரு ரூவாய்க்கு கல்லக்கா வாங்கிகிட்டு ஆழ்ந்து சிந்தித்து உள்நாக்கை சொறிந்துகொள்ளவும்.

4

இந்த மூரு பயலுக்கு அடுத்தவன் வீட்ல ஊருக்குப் போனாலும் அடுப்பெரியணும்னு ஆசப்படுவான். இதுக்கென்ன அர்த்தம்னு கேக்காதீங்க. சுமாரா எவ்ளோ அர்த்தம் வருதோ வெச்சுக்கோங்க. ஜனகராஜ், தியாகு, ரவீந்தர், சந்திரசேகர் எல்லாரும் ராஜீவ் காதலுக்கு ஹெல்ப் பண்ண மாதிரி இவன், "உனக்கு அவமேல லவ்வு லவ்வு லவ்வு லவ்வு"ன்னு விடாம குரைச்சிக்கிட்டே இருந்தான். பக்கத்துல தூங்கிட்டிருக்கறவன் தூக்கக் கலக்கத்துல நமக்கு சொறிஞ்சுவிடறான்னு வைங்க, எழுப்பி அட்வைஸ் பண்றது புத்திசாலித்தனம் இல்ல. வேணான்னா தள்ளிப்படுத்துக்கறது சாத்வீகம். இல்லன்னா எங்கல்லாம் தேவைப்படுதோ அங்கங்க நகத்திக் காட்டிக்கறது புத்திசாலித்தனம். இந்த பாயிண்ட் ஆஃப் வியூல யோசிச்சுப் பாருங்களேன்...

"ஒரு விஷயம் நமக்கு நடக்குதுன்னா, அத நம்மளோட யூட்டிலிட்டில ஒண்ணா மாத்திக்கறோம். இப்ப சொல்லுங்க. மறுநாள் காத்தால அதச் சொல்லி என்ன பிரயோஜனம்? மூரு, ஒரு தியாகி. அவன் மனசுக்குள்ள நானும் சரண்யாவும் லவ்வர்ஸ்ன்னு பதிஞ்சிருச்சி. அது செடி இல்ல. அதனால நா தண்ணி ஊத்தி வளர்க்கல. எங்கிட்ட ரப்பர் இல்ல. அதனால நா தேடிப்போய் அழிக்கல.

அழகான பொண்ணோட அசிங்கமான மொமெண்ட்ஸ் கேள்விப்பட்டிருக்கிங்களா ஸார்? தல சீவாம, மேலுக்கு எதும் அப்பிக்காம ஸாரி, மேக்கப் எதுவும் பண்ணிக்காம, மூரோட தலமுடி செம்பட்டையாகி பழுப்பேறி ஒருமாதிரி குன்ஸா இருக்கும். கிட்டத்தட்ட அந்தக் கலர்ல ஒரு நைட்டில முனியசாமி டீக்கடை சைட்ல அமர்ந்திருக்கற

எங்களை நோக்கி வரா. அஃப்கோர்ஸ் நா அன்னிக்கு வெள்ளிக்கெழமைங்கறதால சினிமா சேஞ்ச் ஓவர்கள உத்து நோக்கிக்கிட்டிருந்தேன். சின்னாம், என் தோளத்தட்டி, “அண்ணி”ங்கறான். மூரு தொடைல கிள்ளி, “அங்க பார்யா. உன் ஆளு”ன்றான். வந்திட்டிருக்கறது சரண்யான்னே எனக்கு மொதல்ல தெரியலங்க. அப்படி ஒரு வித்தியாசமா, அவளோட வேற ஒரு தோற்றமா தெரிஞ்ச ஒருத்தரோட, தெரியாத பிம்பமா நெருங்கிட்டா.

டீக்கடை பட்றைல முனியசாமி பையன்தான் இருந்தான். அவ வந்தத அவன் கவனிக்கல. ஆளில்லாத கடைக்கு நாமளும் நாட்டாமைதானே? சட்டுன்னு நா எந்திரிச்சுப் போனேன். டிவி விக்ஸ் விளம்பரத்துல வர்றமாதிரி மூக்கு செவந்திருந்துச்சு.

“தண்ணியில இருந்திருந்தா நீந்தியிருப்போம் தெரியுமா?”ங்கற மாதிரி படபடக்குற கண்ணு ரெண்டும் தனியா பேசுது. நடுவுல அவ உதட்ட அசச்சு “ஸாரிடான் இருக்கா?”ன்னு கேக்கறா. ரொம்ப இயல்பா வெளில வந்த நான் “ஸ்கூட்டி ஓட்டுவிங்களா?” அப்டின்னு கேட்டேன்.

மல்ட்டி லெவல் மார்க்கெட்டிங் அறிமுகக் கூட்டங்கள்ல பிரமாதமா ஜெயிச்சவர்ன்னு ஒரு சாரை காமிப்பாய்ங்கள்ல. அவரு கூட “நா ஏழாங்கிளாஸ்தான் படிச்சேன். ஆனா இப்ப ஏரோப்ளேன்ல போறேன்...” அப்டிம்பாரே! வந்திருக்குற ஒவ்வொருத்தருமே அவரே ஆகும்போது, நம்ம ஆக மாட்டோமான்னு தோணுமே.நெற போதைல இருக்கறவன்ட்ட கையெழுத்து வாங்கறாமாதிரி தன்னம்பிக்கையே வாழ்க்கைன்னு நாலு நாளைக்குத் திரிவோமே.அத வேணா நம்பாம இருந்துக்கோங்க. இப்போ நான் சொல்லப் போறத நம்புங்க. ஒரே ஒரு ஸ்கூட்டி. ஓஹோன்னு வாழ்க்க.

அவ தெரியாதுன்னு சொன்னா நா கூட்டிட்டுப் போலாம்னு நின்னேன் அப்டினுலாம் நெனைக்காதிங்க. ஒடனே “ரொம்ப தேங்க்ஸ்”ன்னு வாங்கிக்கிட்டு, ‘விர்ரூம்’ன்னு என் வண்டிய தூக்கிட்டுப் போய்ட்டா.

“என்னய்யா, நீ கூட்டுப் போயிருக்கலாம்ல” என அங்கலாய்ப்பாய்ச் சொன்னான் மூர். அப்போதுதான்

வந்தவனென்றாலும் சடன் பிக்கப் ஆன கோபி, "நாம எப்ப வேணா போய்க்கலாம். மொதல்ல வண்டிய குடுத்துருக்கான்ல, அது போயிட்டு வரட்டும். மாப்ளையோட வண்டியே ஆறறிவு படைச்சது. தெரியுமா?" என்றான். நான் உடனே பட்றையிலிருந்த சதீஷை நோக்கி, "மாப்ள வந்தவுடனே டீ குடுன்னு எத்தன தடவை சொல்லியிருக்கேன்?" என்றேன்.

"நீ என்ன பிச்ச போட்றியா? எங்களுக்கென்ன வக்கில்லையா? நாங்கென்ன டீ சாப்டுக்கமாட்டமா?" என்று முகத்தில் கடுமை காட்டி மறுபடி பைக் ஏறப்போனவனை மதியாமல், தொடர்ச்சியாக சதீஷிடம், "அவன் கேட்டான்னா ஒரு சிகரெட்டும் குடு" என்றேன். "அப்டின்னா சரி. உன் மரியாதையை அவமரியாதை பண்றவன் நானில்லை" என்று மறுபடியும் பெஞ்சில் வந்து உட்கார்ந்து கொண்டான் அல்பன் கோபி.

முறைக்கத் தொடங்கிய மூரிடம், "பல சென்ம உறவுய்யா" என்றான்.

அவன் "கர்மம் கர்மம்" என்று நெற்றியில் அடித்துக்கொள்ள, முதல் முறைக்கும் இரண்டாவது முறைக்கும் நடுவில், தான் அடித்த சிகரெட்டைக் குறுக்கே நீட்டிய சின்னா சற்றுநேரத்தில் ஒருங்கே தன் கையையும் நெற்றியையும் பொசுக்கியது எது எனப் புரியாமல், தன் கையைப் பார்த்து மூர் அலற, "யோவ், இங்கிருக்கு.எங்க தேடற?" என்று நெற்றியிலிருந்து அதை எடுத்து, கோபி தன் சிகரெட்டைப் பற்றவைக்க முடியுமா என்று பார்த்துவிட்டுக் கீழே தூக்கி எறிந்தான்.

"அடிச்சுட்டுக் குடுன்னு நீதானய்யா கேட்ட?" என்று விளக்கம் தந்து மன்னிப்புக் கோர முயன்ற சின்னாவிடம், "தலையில அடிச்சுக்குறப்பயா குடுப்ப?" என முறைக்க, "நீ அடிச்சிக்கப் போறேன்னு எனக்கெப்படியா தெரியும்?" என்றான் பரிதாபமாக. "எல்லாரும்தான் அடிச்சுக்கறாங்க. இது ஒரு தப்பா?" "அப்டி இல்ல மாப்ள. யாராவது கோவத்துல வெட்னா அது கொல. நீயா உன் கைய அறுத்துக்கிட்டுச் செத்தா அது தற்கொல. பட். ஷேவிங் பண்ணும்போது நீ தெரியாம கழுத்த அறுத்துக்கிட்டன்னு வெய்யி... தட் ஈஸ் விதி." என்ற கோபியின் முகத்தையே உற்று நோக்கிவிட்டு,

"ஆமா மாப்ள. டைமே சரியில்ல" என்று நெற்றியை தேய்த்துக் கொண்டான் மூர்.

வாசலிலேயே நின்றிருந்த என்னிடம், "தேங்க்ஸ்ங்க" என்று சொல்லிவிட்டு சாவியைக் கொடுத்தாள் சரண்யா. "மெடிக்கல் ஷாப்புக்குப் போயி, வேற ஸ்ட்ராங்கான மாத்திரையே வாங்கிட்டேன்" என்று சிரித்தாள்.

உளே வந்து, "என்னடா நெத்தியில...?" எனக் கேட்டேன்.

"இந்தாள் தெரியாம சுட்டுட்டாப்லய்யா..." என்றான் மூர் சின்னாவைக் காட்டி.

நான் எழுந்து என் வாகனத்தில் ஏறி ஸ்டார்ட் செய்துவிட்டு, ஒரு யு அடித்துத் திரும்பி வந்து நெருங்கி நின்றேன்.

"சின்னா..."

"அண்ணே..." என்றான் அப்பாவி.

"சொன்னாப்லயே பொட்டு வெச்சிட்டே..." என்றேன். அசோகமனோகரநம்பியார் போல 'டாண்' எனத் திரும்பினான் மூர். நாக்கை மடித்து என்னிடம், "அங்..." என்று சைகை காட்டினான் கோபி. "பட், நீ ஃபர்ஸ்டு கோபின்னுதானே சொல்லியிருந்த?" என்று கிளம்பிப் போனேன்.

சரத்தின் நுனியில் தீ வைத்தால் வெகுநேரம் வெடிக்கும். வெடிக்கட்டும்.

5

பால் கறந்து, பால் ஊற்றி, பால் பண்ணை வைத்து, பால் பேடா விற்றுப் பல ஓட்டல்களுக்கு சங்க பிரெசிடெண்டு ஆக இருபது நிமிடத்துக்குள் ஆகிக்காட்டிய அண்ணாமலையின் அந்தப் பாடலைக் கேட்டவுடன் உடம்பெல்லாம் சிலிர்த்தவாறு எழுந்தான் கோபி. "மாப்ள, இன்னிக்கு பாட்ஷா பார்த்தே ஆகணும், போயே தீர்றோம்" என்றான்.

"முடியாது" என்றேன்.

“கட்சி மாறிட்டியா?” என ஹஸ்கி வாய்ஸில் கவலைப்பட்டான் கோபி.

“நேத்துத்தானடா பாத்தோம்?”

ரஜினி வாய்ஸில், “அது பாட்ஷாவுக்கு” என்றவன், ரகுவரன் குரலில், “இன்னிக்கு ஆண்டனிக்காகப் பாக்கணும். ஐ நோ...” என்றான்.

டக்கென்று என் முகத்தைப் பார்த்த சின்னா, “ஆங்... ஐ நோ சும்மா சேர்த்திருக்காப்ல. ஒரு சப்போர்ட்டுக்கு” என்றான்.

வேறுவழியே கிடையாதென்பதால் கலைவாணி தேட்டருக்கு போய் டிக்கட் எடுத்துவிட்டுக் காத்திருந்தோம்.

“சனிக்கிழமை சாயங்கால ஷோவுக்கு, ரிலீசான வாரம், அதுவும் ரஜினி படத்துக்கு அதுவும் ‘பாட்ஷா’ மாதிரியான படத்துக்கு நாலு டிக்கெட் வேணும்னா ஒரு வெளியூரு புள்ள ஒங்கிட்டதானே வருவா? அதான் வந்திருக்கா” என்று, தனிநபர் ஒலிம்பிக்ஸில் தங்கம் வாங்கிய ப்ளேயரை கோச் பாராட்டுவதைப்போல என் தலையைத் தடவி பாராட்டினான் கோபி.

“இதெல்லாம் ஒரு விஷயமாடா?” என்று அலுத்துக் கொண்டேன்.

“காதலோட மகத்துவமே அதானே. லவ்வுன்னே தெரியாம லவ்வுல இருக்க” என்றான் சின்னா.

“இங்க பாரு. பாத்த படத்தையே திரும்பப் பாக்குறதுக்கு டிக்கெட்டும் எடுத்துட்டேன். இண்டர்வல்ல ஒரு முட்ட போண்டாவும் ஐஸ் க்ரீமும் சாப்பிடணுங்கறதுக்காக ஐஸ் வெச்சுக் கொல்லாத... என்ன?”

“அவன் உண்மையத்தான்யா சொல்றான்” என்று மறுபடியும் ரகுவரன் வாய்ஸ் ட்ரை பண்ணான் கோபி.

“உன் வாய்ஸ் அப்டியே ரகுவரன்மாதிரியே இருக்குன்னு சொல்லி ஏத்திவிட்டுருப்பானே. அதெல்லாம் நம்புறியா கோபி?” என்றேன்.

“ப்ராக்டீஸ் பண்ணா வந்துரும்னு ரொம்ப அடிச்சு சொன்னான்யா” என்றவனிடம், அவனுக்கு மட்டும் கேட்கும் குரலில்,

“ரொம்ப பண்ணாத... அந்துரும்“ என்றேன்.

“ஏண்டா. அவங்க போற அதே படத்துக்கு நாமளும் போனா வேணும்னே பண்றோம்னு நெனைக்க மாட்டாங்களா?” என்றேன்.

“ஏய்யா... ஒருத்தருக்கு ஒருத்தர் தெரியாதவங்கதான் ஒவ்வொரு ஷோவையும் பாக்கணும்னு எதுவும் சட்டம் இருக்காய்யா?” நான் விழித்தேன்.

“இவங்க டிக்கெட் எடுத்து வெச்சிருக்க ஷோவுக்குத்தான் நாம டிக்கெட் கேட்டோம்போலருக்குன்னு சரியாப் புரிஞ்சுக்க மாட்டாங்களாய்யா?” என்றான்.

“அதானே?” என, இன்னும் காத்திரமானேன். இதற்கு முந்தைய பழுத்த மூக்கு நைட்டி சித்திரம் நினைவில் ஆடும்தானே?

மேனியெங்கும் மணிகளும் முத்துக்களுமாய் சகலமும் வெண்மையில் இருக்குமாறு தன் துணை துந்துபியுடன் வந்து சேர்ந்தாள் சரண்யா. துந்துபி எப்போதும் இங்கிலீஷிலேயே பேசும் என்பதால் எங்கள் சரகமே அவளை வெறுக்கும். மற்ற இடமென்றால் நிற்காமல் நகர்ந்துவிடும் கோபி, வேறுவழியில்லாமல் நெர்வஸூ ஆகிக் கொண்டிருந்தான்.

துந்துபிக்கும் கோபிக்குமான சின்னஞ்சிறு ஃப்ளாஷ்பேக்.

போன மாதத்தில் ஒருமுறை சரண்யாவுக்கு கடுமையான காய்ச்சல். அவள் அனுப்பியதில் எங்கள் யதாஸ்தானத்தில் என்னைத் தேடிக் கொண்டு முனியசாமி கடைக்குமுன் வந்து நின்றுகொண்டிருந்தாள் துந்துபி. சரண்யா, என் ஆள் என்று தேசிய அளவில் இவர்களாக அறிவித்துக் கொண்டிருந்ததால், காலி இடத்துக்கு விண்ணப்பிக்க விரும்பும் தகுதிவாய்ந்த பட்டதாரி இளைஞனான மேதகு கோபி அவர்கள் இரண்டு உதடுகளையும் எச்சியெல்லாம் பண்ணிக் கொண்டு, ஸ்டைலான குரலில்,

“Yes...”

"Where is Mr.Ravi?"

இவன் நியாயத்துக்குத் தெள்ளு தமிழில், "எனக்குத் தெர்லங்க. இப்ப வர்ற நேரம்தான். வந்துருவாப்ல" என்றெல்லாம் சொல்லியிருந்தால் நன்றாக இருந்திருக்கும். இவன் இன்னும் ஸ்டைலாக "I don't know" என்று சொல்லுவதற்குப் பதிலாக, "I know" என்று (மூன்றாம் வகுப்பு. அவ்வையார் ஆரம்பப் பாடசாலை என்று கவுண்டமணி சொல்லுவாரே. அவருடைய க்ளாஸ்மேட் கோபி என்பதை நினைவில் கொள்க) ஸ்டைலாகச் சொல்ல, அவள், "Then tell it to me" என்றாள். இவன் அங்கேயே முன்சொன்ன I knowவையே நியாயம்கேட்கும் தொனியில், "I know?" என்றான். கையை விரித்திருப்பதைப் பார்த்துவிட்டு 'நரகம்.எதிர்ப்பதத்தைத்தான் சொல்லாமல் சொல்லுகிறது" என்று புரிந்துகொண்டவள், "நான்சென்ஸ்" என்று முறைத்துவிட்டுத் திரும்ப, என்னைப் பார்த்ததும் சட்டென மலர்ந்து சரண்யாவுக்கு உடம்பு சரியில்லை என்பதைச் சொல்லி வண்டியை வாங்கிக்கொண்டு போனாள்.

பூரிக்குப் பின்னால் ஒளிந்துகொண்டிருந்த கோபி, என்னிடம் வந்து "I knowன்னா என்னாய்யா?" என்று கேட்டான். "எனக்குத் தெரியும்" என்றேன். "எனக்குத் தெரியாதுய்யா" என்றான். "நீ இங்கிலீஷ விட்டுரு" என்றவாறே கடைக்குள் புகுந்தேன்.

அதிலிருந்து துந்துபி ராங்கியும் ரப்பும் பிடித்தவளானாள்.

6

அவளக் காதலிக்கலன்னு எனக்கு நானே சொல்லிக்கிட்டிருக் கேன்னுதான் தோணுச்சு. ஆனாலும் சொல்றேங்க. அந்த அழக நா அனுபவிக்கணும்னு நெனைக்கல. காதலிக்கவும் செய்யல. நா முன்னாடி சொன்னதுல உறுதியா இருக்கேன் இன்னமும்.

உங்களுக்கு ஒரு விஷயம் சொல்றேன். பிடிச்சவங்க யாருக்காவது டிக்கெட் எடுத்துக் குடுத்து அதே படத்தை

நீங்களும் பார்க்க நேர்ந்தா பாக்காதீங்க. இல்லாட்டி, ஒங்களுக்குப் பின்வரிசைல அவங்க உக்காந்துக்கறமாதிரி விட்ருங்க.

"நாலு பேர், நாலு பேர், நாலு பேர், நாலு பேர்ன்னு சொல்லி வாங்குன டிக்கெட்ல துந்துபிக்கு அந்தப்பக்கம் ஒருத்தனும், சரண்யாவுக்கு இந்தப்பக்கம் ஒருத்தனும் வந்து ஒக்காந்தானுங்க. சரண்யா பக்கத்துல உக்காந்தவன மொகத்தக்கூட சரியா பாக்கல. எனக்குள் காதல் இல்லை என்கிறேன். ஆனாலும் ஏதோ ஒரு வெறுப்பு. போதாக்குறைக்கு என் காதோடு, "ஏய், நீ இருக்கவேண்டிய எடத்தப் பாருய்யா..." என்ற கோபியை இருட்டில் முறைத்தேன்.

"நா சொல்லல? தேவைக்குப் பயன்படுத்திக்குவாளுகய்யா..." என்றான் சின்னா. ஒருபடி மேலேபோன மூர், "நீ என்ன ****வா?" என்றான். என்னவோ என்னை தியேட்டர் வாசலில் ஏமாற்றிவிட்டு இன்னொருவன்கூடப் போனாற்போலவே பேசிக்கொண்டிருந்தார்கள்.

ரஜினி, ஆனந்த்ராஜை கட்டிவைத்துத் தன் விஸ்வரூபத்தை விளக்கிக் கொண்டிருந்தார். "நா கௌம்பறேன். ப்ளீஸ்.என்னைய விடு" என்று எழுந்தேன். "வாடா" என்றேன் கோபியிடம். "ஏய்... பாதியில எந்திரிச்சி வர்றதப் பாத்தா என்னய்யா ஆகும்? எம்பேரே ரஜினி கோபிய்யா. அதெல்லாம் வரவே மாட்டேன். நீ கௌம்பு.நாளைக்குப் பாத்துக்கிடுவோம் நம்ம" என்றான்.

அதற்கு இரண்டு நாட்கள் கழித்து அந்த லேசான தூறல் தினத்தில் அஞ்சாவது ஸ்டாப் திரும்புமுன்னரே கையை ஆட்டி என்னை நிறுத்தினாள் சரண்யா. அவள் வழக்கம்போலத்தான் சிரித்தாள். எப்படி ரியாக்ட் செய்வதெனத் தெரியாமல் தடுமாறினேன்.

"எதும் வேல இருக்கா ரவீ?" என்றாள். ஒரு சிமெண்ட் கலர் சட்டையும், வெளிர் நீல ஜீன்ஸும், லேசாய் வியர்த்த மூக்கும், எந்த வரையறைக்குள்ளும் அடக்கமுடியாத இருபக்கக் கன்னங்களும்.நான்சென்ஸ். என்ன இது? உங்களை எல்லாம் நிற்கவைத்துவிட்டுக் கவிதை எழுதிக் கொண்டிருக்கிறேன்...?

“இல்ல, வண்டி வேணும். உங்களுக்கு வேலையிருந்தா வேணாம்“ என்றாள்.

அவள் போன கொஞ்சநேரத்துக்கெல்லாம் துந்துபி, தன் நாய்க்குட்டி @ பாய்ஃப்ரெண்டுடன் சத்தம்போட்டுச் சிரித்துக்கொண்டே கடையை தாண்டிப் போனாள். அவள் காதுபடவே “எல்லாம் ஏமாத்துறவளுக...” என்று எழுந்து சொல்லிவிட்டு உட்கார்ந்தான் கோபி. ‘அவ ஒன்ன என்னடா ஏமாத்துனா...?’ என்று நான் கேட்க நினைத்துக் கேட்கவில்லை. கோபியின் உலகத்துக்குள் ஏமாற்றியபடியே வந்து திரும்புபவர்கள்தான் பெண்கள்.

மெக்கானிக் செந்தில், கொஞ்சநேரம் கழித்து சின்னாவை வந்து இறக்கிவிட்டுப் போக, உள்ளே வந்த சின்னா என்னைப் பார்த்ததும் முகம் மாறினான். கோபியிடம் ஏதோ கிசுகிசுக்க, அவன் வேண்டாமெனத் தலையசைக்க, நான் இயல்பாக, “என்னடா?” என்றேன்.

“மூலக்கர பக்கத்ல பாத்தேன்யா” என்றான். என்ன நினைத்தானோ தெரியவில்லை. சிரித்துக்கொண்டே “பாத்தேண்ணா...” என்றான். அவனை முந்திக்கொண்டு “நேத்து வந்தானே அந்த நோயாளி.அவன் ஒன் வண்டியையும் ஓட்டிட்டுப் போறானாம்யா. சின்னா பாத்தானாம்” என்றான். யாரந்த நோயாளி? நெற்று தியேட்டரில் சரண்யா பக்கத்தில் அமர்ந்தவன். தன் கடைவாய்ப் பல்லை சரி செய்துகொண்டே “வில்லனுக்கு வில்லனா வர்றவந்தான்யா ஹீரோ” என்று சொன்ன கோபி, தானெதோ ரொம்ப தப்பாய்ச் சொல்லி விட்டதை உணர்ந்து, “நாக்குல சனிபோல. என்ன மன்னிச்சிரு.” என்றான்.

சற்றுநேரத்தில் கடைவாசலில் ஸ்டாண்ட் போட்டுவிட்டு ஸ்கூட்டி சாவியை என் முகத்தின்முன்னே ஆட்டியவாறு தன் மீசையற்ற புன்னகையோடு வந்துநின்ற அவன், “தேங்க்யூ ஜி” என்று சாவியைக் கொடுத்துவிட்டுத் திரும்பி நடந்தான். இரண்டு நிமிடங்கள் முழுதாய்க் கடந்தபிறகு, “ஒனக்கென்னய்யா கொறச்சல்?” என்று நிசமாகவே கண்கலங்கினான் கோபி. “ஏய்... ஒன்னய அடிக்கப்போறோம்னு சொன்னாலே அழுது முடிச்சிட்டுத்தான்யா அடி வாங்குவான். பாண்டியன் ஸ்வீட்ஸ் காராச்சேவு மாதிரி இருக்கான். என்னய்யா இவனப்

போயி...” என்று ஆரம்பித்து, அந்த வாக்கியத்தை எப்படி முடிப்பது என்று தெரியாமல் அப்படியே விட்டுவிட்டுப் போனான்.

7

பரீட்சைக்குப் படிப்பதற்காக, ஐ மீன்... சரண்யாவுக்கும் துந்துபிக்கும் சொல்லிக் கொடுப்பதற்காக நாய்க்குட்டிப் பையனும், மீசையற்ற புன்னகையனும் அடிக்கடி ஏரியாவுக்குள் வந்துபோவதை கண், காது, மூக்கெல்லாம் வைத்து எல்லோரும் பேசிக்கொள்வதாக முனியசாமிமூலமாக அவரது உறவுக்காரரான தவமணியிடம் பற்றவைத்து, அது நன்றாகவே ஒர்க்அவுட் ஆனது. பசங்கள் வரத்து நின்றுபோனது.

துந்துபியின் பாய்ஃப்ரெண்ட் அவளை வந்து அழைத்துப் போவதும் விடுவதுமாக இருந்தான். நாலைந்து நாட்களாக சரண்யாவைக் காணோம். ஒரு கட்டத்தில், சின்னாவே பொறுமை இழந்து, “அண்ணிக்கு எதுவும் ஒடம்பு சரியில்லையா. இல்ல எதுனா விசேஷமா?” என்றான். நான் வேறொரு இடத்தை எய்ம் செய்ய விலகிப் போய், நாசுக்கற்ற இன்னொரு இடத்தில் அடிவாங்கிக் கொண்டான். “வீட்ல, ஊர்ல விசேஷம் எதுவும் நடக்கக்கூடாதா?” முனங்கியவாறே போய்ச் சேர்ந்தான் சின்னா. துந்துபி வந்து, சரண்யாவுக்கு ரொம்ப உடம்பு முடியவில்லை என்றும், ஆட்டோ ஒன்று தேவைப்படுவதாகவும் கேட்க, ஆனந்த் ஆட்டோவில் முன்புறம் நான் ஏறிக்கொண்டேன்.

வீடு மாற்றத்தின்போது துவண்டு மண்ணில் புரளநேர்ந்த மணி ப்ளாண்ட் செடியைப்போல கசங்கியிருந்தாள் சரண்யா. ஆட்டோவின் பின்னாலேயே கோபி, ஸ்கூட்டியை எடுத்துக்கொண்டு வந்து சேர, டாக்டர் எழுதித்தந்த மருந்துச்சீட்டை “குடுங்க, நான் வாங்கியாரேன்...” என வாங்கிக்கொண்டு அதே ஆட்டோவில் அனுப்பி வைத்தேன்.

எதோ, ஒரு நரம்பு அறுந்துபோன இசைக்கேட்டைப்

போல. வேணாம்... இந்தக் கதைக்கு இத்தனை ஹெவி உதாரணம் வேண்டாமென நினைக்கிறேன். ஏதோ ஒரு கண்ணாடி உடைஞ்சிட்டாப்போல எங்க ரெண்டுபேருக்குள்ள பழைய சகஜம், பழைய அன்னியோன்னியம் ஏதோ ஒண்ணு கட் ஆனாப்ல ஃபீலாச்சு. நான் ஏன்னு கேட்கல. எனக்கு நடக்கிறதை, நானே வேடிக்கை பார்க்கிற மனோநிலைக்குப் போயிட்டேன். வேறென்ன பண்றது...?

ஒரு மாசம் எதுவுமே இல்லாத நாட்கள். அதுக்குப் பிறகு ஒரு நாள் அவளாக வந்தாள். வண்டி வேணும் என்றாள். சாவியைத் தந்தேன். மூன்றாவது நிமிடமே திரும்பி வந்து சாவியைத் தந்தாள். என்னிடம் கட்டை விரலைத் திருப்பி 'அந்தப்பக்கம் பாரு...' என்கிறாற்போல் காண்பித்தாள்.

காராசேவ், தன் புதிய கைனட்டிக் ஹோண்டாவில் நின்று கொண்டிருந்தான். அவளை அனுப்பிவைத்துவிட்டு கடைக்குள் நுழைந்ததுதான் தாமதம். "இதெல்லாம் நம்ம குடும்பத்துக்குத் தேவையான்னு யோசி..." என்ற கோபியிடம், "நா எதுனா சொன்னனா?" என்று ஓங்கி அறைந்தேன்.

"ஒனக்கு செட்டாகலன்னா எங்கியாச்சும் எதாச்சும் ஆறு, கொளம் பாத்துச் சா... கையக் காட்ற வேலையெல்லாம் வெச்சுக்காத" என்று என்னை மறு அறை அறைய, எதிர்பாராதவனாய் அதிர்ந்தேன். சும்மா அதோடு விட்டிருந்தால் எல்லாம் சௌக்கியமாய்ப் போயிருக்கும்.

"நீ தப்பா ஜூஸ் பண்ணிட்டு..." சொல்லி முடிப்பதற்குள், "இர்றா... ஒன்னய நா ஜூஸ் பண்ணிர்றேன்" என்று, அவன் மேல் உட்கார்ந்து கொண்டிருந்தேன். "இந்த ஏரியாவே நம்மள நம்பித்தான் இருக்கு" என்று எங்களை விலக்கிவிட்டான் மூர்.

அதற்குள் தவமணி வீட்டு மாடிபோர்ஷனில் குடியிருக்கும் ராயப்பம்பட்டி பொண்ணுக்காக அஞ்சாவது ஸ்டாப் முத்துப்பாண்டி மகன் கோபியும், டீச்சர்ஸ் காலனி நீலகண்டன் மகன் ரவிக்குமாரும் அடித்துக்கொண்டார்கள் என ஆங்காங்கே செய்தி பரவியது.

இந்த நிலையில், இயல்பான காரணங்களுக்காகவே அடுத்து

வந்த சில நாட்கள் எங்கள் யாராலுமே டீக்கடையில் அமர்ந்து பந்தோபஸ்து பார்க்கும் பணியை சரிவர மேற்கொள்ள முடியவில்லை. சின்னா ஒருமுறையும், மூர் ஒருமுறையும் மட்டும் வந்து சொற்ப நிமிடங்களில் கிளம்பிப்போனதாகவும், இனிமேல் அவ்வளவுதான் வரமாட்டார்களென்று தான் நினைத்ததாகவும் முனியசாமி மகன் சதீஷ் சொன்னபோது, நான் வந்திருப்பது தெரிந்து மூர், சின்னா, மற்றும் தி ரிபெல் கோபி ஆகியோர் வந்து சேர்ந்தார்கள்.

"என்னண்ணே, இளைச்சமாதிரி இருக்கே" என்றான் சின்னா. "இல்லய்யா. கொஞ்சம் கறுத்தமாதிரி இருக்கான்" என்றான் மூர்த்தி.

கொஞ்சநேரம் எதுவும் பேசாமல் இருந்தோம் நானும் கோபியும்.

"பேசுய்யா..." என்று மூர்த்தி கண்ணைக் காட்ட, ஏதோ பேசப் போகிறான் என்று பார்த்தால், "ரஜினிய விட்டுட்டு அவரு நெழல் எப்டிய்யா வாழும்?" என்றான் கோபி. வேறுவழி? பேசித் தொலைத்தோம்.

பெரிய மழைப் பருவத்தின் துவக்கம் இனிமையானது. இருக்கிற உலகத்துக்குள்ளேயே இன்னொன்றைத் தொடங்கினாற்போல் வசிப்பிடத்தின் வண்ணங்களையும், வாசனையையும் தன் வருகையின் பிடிக்குள் கொண்டுவந்திருக்கும் மழை. மழையின் ஞாபகங்கள் மழையில் மட்டும் கிளைப்பது விந்தை. உண்மையில், வாள் நுனியைச் சந்திக்க அஞ்சாதவனும்கூட மழையின் ஆகிருதி கண்டு குழைகிறான். மிக லேசான திணறல் அது. மழையின் பொழுதுகள் இனிப்பதற்குக் காரணம், மழையின் கதைகள் தனித்தவை.

சின்னா, கடைசி இழுப்பை முடித்துக்கொண்டிருந்த என்னைப் பார்த்து, "க்ஸ்..." எனச் சத்தம் செய்தான். சிகப்பு டிஷர்ட், கருப்பு ஜீன்ஸில், கையில் தாங்கிய குடையில் மழையில் ஒரு சிற்பம்போல் நின்றுகொண்டிருந்தாள் சரண்யா.

"ரவி, உங்ககூட கொஞ்சம் பேசணும். வாங்க" என்றாள்.

8

மறுபடி அதும்பின்னாடி போகாதய்யா. மை வச்சு வாழ்க்கையப் பாழாக்கிருவாளுகய்யா என்று முனகினான் கோபி. என்மீதுள்ள அக்கறை என்றபேரில் படுத்துகிற கொடுமை. பொருட்படுத்தாது வெளியில் வந்தேன்.

எதிர்த்தாற்போலிருந்த 'பேம்பூ ரெஸ்டாரண்ட்'டுக்குள் சென்று ஆளுக்கு ஒரு நாற்காலியில் அமர்ந்தோம். மெனுகார்டில் கண்கள் ஓடித் தடுக்கிய ஒரு சூப்பை ஆர்டர் செய்தாள். "நீங்க?" என்றாள். நான் ஒரு கூல்ட்ரிங்க் சொன்னேன். "கூல்ட்ரிங்க்லாம் இல்ல..." என்று சொல்ல ஆரம்பித்த பேரரிடம், "தம்பி. இருக்குப்பா" என்று கல்லாவிலிருந்து குரல் கொடுத்தார் ஓனர். நான் லேசாகத் திரும்ப, நட்புடன் ஒரு கையை தூக்கிக் காண்பித்தார்.

"என்ன பிரச்சன உங்களுக்கு?" என்றாள்.

"ஒண்ணுமில்லையே..." என்றதும்,

"என்னால ஒங்க ஃப்ரெண்ட்ஸுக்குள்ள என்ன சண்ட?" என்றாள்.

"ஒங்களால சண்டையா? யார் சொன்னது?"

"ஏன்... எல்லாரும்தான் சொன்னாங்க"

"அது ஒண்ணுமில்லிங்க... இதுக்காகத்தான் கூப்ட்டிங்களா?" என்றேன்.

"ரவி... இங்க பாருங்க. என் கண்ண பாருங்க. என்ன பிரச்சன ஒங்களுக்கு?"

"எனக்கு ஒரு பிரச்சனையும் இல்ல"

"ஏதோ, காதல்... தோல்வி. அது இதுன்னு..." என ஆரம்பித்தாள்.

“இங்க பாருங்க. இது ஒருவிதமான ஒலகம். இங்க நீங்க வேறெங்கிருந்தோ வந்திருக்கிங்க. உங்க வேல முடிஞ்சதும் போயிடப் போறிங்க. வேற ஒண்ணும் இல்ல. இதென்ன அதென்னன்னு நோண்டி நோண்டிக் கேக்காதிங்க.”

“என்ன எதுவும் கேக்கக்கூடாதுங்கறிங்க? நா அங்கிட்டு இங்கிட்டுப் போனா ரவியோட ஆளுங்கறமாதிரிலாம் பேசறாங்க தெரியுமா?”

“அப்டிதாங்க சொல்லுவாங்க”

“நீங்க அப்டி சொல்லச் சொன்னிங்களா? இல்ல, அப்டி சொல்லி வெச்சிருக்கிங்களா?”

“இவ்ளதான் சந்தேகமா? இல்ல இன்னும் வேற எதும் இருக்கா? ஏங்க. இது என் ஏரியா. நா பொறந்து வளந்த மண்ணு. உறுத்தா என் வண்டில இங்கிட்டும் அங்கிட்டும் போய்ட்டு வர்றீங்கல்ல? அத வெச்சுக் கேட்ருக்கலாம்ல?” என்றேன்.

“வண்டில போய்ட்டு வந்தா லவ்வா? என்ன கேனத்தனமா இருக்கு?”

“இது நா பொறந்து வளந்த ஊரு. அம்மணக்குண்டிலேருந்து இன்னிக்குவரைக்கும் என்னைய பாத்துக்கிட்டிருக்காங்க. திடீர்னு எங்கிருந்தோ வந்த நீங்க, என் வண்டில நா இல்லாம நீங்க மட்டும் போய்ட்டு வரிங்க. என் ஆளுன்னுதானே சொன்னாங்க? அது எனக்கு வேண்டியவங்கங்கற ஒரு அர்த்தமும் வருதுல்ல? எம் பொண்டாட்டின்னா சொன்னாங்க? லவ்வுன்ற அர்த்தத்த எப்டி எடுக்கறிங்க நீங்க? ஒங்களுக்கென்னங்க பிரச்சன?” என்றேன்.

“இங்க பாருங்க. ஒங்கள எனக்குப் புடிக்கும். பட், அது லவ்வெல்லாம் இல்ல. அது என்னன்னு கேட்டா எனக்கு சொல்லத் தெரியாது. ஒங்ககூட சுத்தற ஃப்ரெண்ட ஒங்களுக்காக மதிக்கறேன். இவ்ளோ தெளிவா உங்கள எதுக்காக மதிக்கறேன்னு சொல்லத் தெர்ல. ஒங்களையும் ஒங்களுக்காக மதிக்கிறேன்னுதான் சொல்லணும்.”

“இனிமே எனக்கு உங்க வண்டி வேணாம் ரவி” என்றாள்.

“ஆங்... தெரியுமே. ஓங்க காராச்சேவுதான் புதுவண்டி வாங்கிட்டாப்லயே...”

“காராச்சேவா? யூ நோ... அவரு எவ்ளோ பெரிய ஜீனியஸ்ன்னு?”

“இருந்துட்டுப் போகட்டும். எனக்கெதுக்கு?”

“ரவீ... நான் சொல்றதக் கேளுங்க. நீங்க உங்க மனசுலேருந்து பேசல. உங்க மனசுல வெறுப்பு மட்டும் இருக்கு. நீங்க என்னை பொஸஸ் பண்றீங்க. பட், அதை ஒத்துக்கமாட்றீங்க. நான் இத சரின்னும் சொல்லல. தப்புன்னும் குத்திக்காமிக்கல. இத இயல்பா கடக்கத்தான் விரும்புறேன்.”

“நான் உங்கள பொஸஸ் பண்றேனா...? ஹஹாஹா” என்று செயற்கையாக சிரித்தேன்.

“ ஹல்லோ மேடம்... நீங்க வீடு காலி பண்ணிப்போயிட்டா அடுத்து யார் வந்தாலும், அதுல யாரும் எங்கிட்ட வண்டி கேட்டாலும் தரத்தான் செய்வேன். இது ஒரு உதவி. இதைத் தாண்டி எனக்கு எந்த நோக்கமும் இல்ல. உங்களை பொஸஸ் பண்ணவேண்டிய தேவை என்னங்க எனக்கு? நீங்க யாரு, நான் யாரு...?” என்றேன்.

இத்தனை கடுமையாகப் பேசியதற்கு அவளால் தொடர முடியவில்லை. லேசாய் கண்கள் கலங்கி, ‘ஐயோ அழாதே கண்ணே! மண்டியிடட்டுமா?’ என்று எனக்குள் இன்னொருவன் என்னைக் கீறி கொலைசெய்தபடி வெளியேறிவிடுவேன் என எச்சரித்தான்.

இதற்குமேல் பேச எதுவும் இல்லை என்று தோன்றியது. எழுந்து கொண்டு ஓனரைப் பார்த்து சைகை காட்டிவிட்டுக் கிளம்பினேன். அடிபட்டவளாய் கைகழுவச் சென்றவள், கவுண்ட்டரின் முன் நின்று “பில்லு?” என்றாள்.

“ரவி சாரு குடுத்துட்டாரு” என்றதும் தன்னாலான அளவு ஓனரை முறைத்துவிட்டு வெளியேறினாள்.

நான் மறுபடி முனியசாமி டீக்கடைக்குள் நுழைந்து சரிந்து அமர்ந்துகொண்டேன்.

கதை கேட்கிற ஸார்... முன்னாடி சொன்னதை இப்ப மாத்திச் சொல்றேன்னுலாம் தயவுசெஞ்சு நெனைக்காதிங்க. இப்பவும் எங்கிட்ட இருக்கறது காதல் இல்ல. காதலோட பெய்ன் மட்டும்தான். அதெப்டி, காதல் இல்லாம காதலோட பெய்ன் வரும்னு கேக்கறிங்களா? மழையில்லாம காத்து மட்டும் அடிக்கறதில்ல? மழை வரும்னு நம்பி ஏமாறுறதில்ல? ஃப்ராங்க்கா சொல்லட்டுங்களா? இந்தக் கதைல நா ஹீரோ கெடையாது. காராச்சேவுன்னு மட்டமா சொன்னேனே அவன் வில்லன் கெடையாது. இந்தக் கதையோட பிரச்சனை காதல் கெடையாது.

இன்னும் சொல்லப்போனா இன்னும் ஒரே ஒரு சம்பவம். இன்னிக்கு, கணேஷ் போகணும்னு சொன்னானே அந்த கல்மண்டபம். அங்கன ஒரு சம்பவம். அதை நான் பார்க்க நேர்ந்த தற்செயல்ங்குற, கடவுள்ங்குற, இயற்கைங்குற, சாத்தான்குற எதோ ஒருத்தன் அல்லது ஏதோ ஒண்ணு. அது மட்டும் நடந்திருக்காட்டி... வாழ்க்கைன்றதே நடந்த சம்பவங்கள் மட்டும்தான். நடந்திருந்தா அல்லது நடக்காம இருந்திருந்தான்னு அதுக்கு ரெண்டு திசைகள்.

எனக்கு ரோஷம் அதிகம். மேலும் என்கூடவே சுத்திட்டிருந்த சின்னா, வேலைக்காக வெளிநாடு போயிட்டான். மூர் தங்கச்சிக்கு கல்யாணம் ஃபிக்ஸ் ஆச்சு. ரெண்டு நியாயமான காரணங்களால அவனுங்க வரமுடியல. நானும் கோபியும் மட்டும் எத்தனைமுறை சந்திக்கிறது...? இயல்பாவே அதுவும் குறைஞ் சது. ஸோ... நாங்க வேற இடங்கள்ல வாழ ஆரம்பிச்சோம். முனியசாமி கடை, அஞ்சாவது ஸ்டாப், தவமணி வீடு, சரண்யா ஆகிய எல்லாத்துமேலயும் எங்களோட சர்வைலன்ஸ் சுத்தமா கட் ஆச்சு.

படிப்பை முடிக்கப் போறா. இனிமே வரவே மாட்டா. இதுதான் கடைசி மாசம் என்றெல்லாம் எனக்குத் தெரிஞ்சுது. எனக்குள்ளே நோக்கம் எதும் இல்ல. ஸோ, நான் சுத்தமா விலகிட்டேன். நானும் சரண்யாவும் சந்திச்சிக்கவே இல்ல. அந்த ஒரு வாக்குவாதத்துக்கு அப்புறம் நாங்க சந்திச்சுக்கிற இயல்பான தருணங்கள் கட் ஆச்சு. காராச்சேவு வண்டி வாங்கிட்டதால என் ஸ்கூட்டியும் அவளுக்குத் தேவையே

படல. இதெல்லாம் இயல்பாகவே நடந்த ட்விஸ்ட்டுகள். எதிர்பாராத ட்விஸ்ட் கல்மண்டபத்துல இருந்துச்சு.

திருப்பரங்குன்றத்தோட விலக்கத்துல வரிசையா விவசாய நிலங்கள் இருக்கும். ஒரு கைவிடப்பட்ட கல்மண்டபம் அதுக்கு நடுவாந்திரத்தில இருக்கும். கவனிச்சுப் பார்க்காமலே கடந்து போற எத்தனையோ ஸ்தலங்கள்ல அதும் ஒண்ணு. பொதுவா, ஊரறியாம தண்ணி அடிக்கிறவங்கதான் அங்கே எப்பமாச்சும் போவாங்க. அதுவுமே ரெகுலரா போகமாட்டாங்க. ஏன்னா, அங்கே போறதுக்கான சரியான பாதை கிடையாது. வரப்புமேல டான்ஸ் ஆடிக்கினே போகணும். போறபோது சரி. குடிச்சிட்டு திரும்புறப்ப விவசாயம் பார்த்தபடிதான் திரும்ப முடியும்.

ஆனா நானும் கணேஷும் அங்க போவம். கஞ்சா வாசனை ஓரியண்டட். அடிக்கிறப்ப கமழ்ற வாசனை நம்மளை காட்டிக் குடுத்துறும். ஸோ, நாங்க எடம் தேடி அலைவம். ஜீ.நாகராஜன் சொல்வாப்லயே, காதலிப்பதற்கு இடவசதி முக்கியம்னு. கஞ்சாவுக்கு இடவசதிதான் பிராணனே. ஆளே வராத கல்மண்டபம் எங்களோட இழுவை ஸ்பாட்டு. தியானத்துக்கு வசதி.

அன்னிக்கு சனிக்கிழமை. சாயந்திரம் அஞ்சரை மணி இருக்கும். மூலக்கரைல நின்னு நானும் கணேஷும் டீ சாப்டுறம்.

'இப்ப, மழை வருமா மாப்ள?' என்றவனிடம், 'தெரியாது' என்றேன். 'நம்ம மேல மரியாதை இருந்தா வரும். வரணும்' என்றவன், வானத்தைப் பார்த்து ஏதோ முணுமுணுத்தான். 'என்னடா பண்ற?' எனக் கேட்டதற்கு சிரித்தவாறே, 'நீ வந்தா நல்லாருக்கும், வா இழுக்கலாம்னு கூப்ட்டேன். சரி பாக்குறேன்னு சொல்லிருக்கு' என்றவன், தோளைத் தட்டி 'இப்ப இழுக்குறது கஸ்டம் நண்பா இடம்?' என்றேன்.

'எதுக்குடா இருக்கு கல்மண்டபம்...? வா போலாம்' எனக் கூப்பிட்டான்.

வண்டியை வேறொரு இடத்தில் பத்திரம் செய்துவிட்டு கல்மண்டபத்தை நெருங்கியிருப்போம். அழைத்த குரலுக்கு இப்படி வருமென்று எதிரே பார்க்காத பெரும் மழை.

சடசடசடவென்று எடுத்த எடுப்பிலேயே வகையாட்டம் போட்டது.

சரசரவென ஓடிச்சென்று, கல்மண்டபத்தின் வெளியில் சின்ன பிரகாரத்தில் நின்றுகொண்டோம். கடமையாக, தன் ஷூவுக்குள் ஒளித்திருக்கும் பொட்டலத்தை எடுத்து கைகளைத் துடைத்துக் கொண்டு, பயபக்தியாக இழுவை சிகரட் தயாரிப்பதற்கான முஸ்தீபுகளைத் தொடங்கினான் கணேஷ்.

சற்று தள்ளிச்சென்ற நான், வெகு இயல்பாக கண்களை மண்டபத்தின் உட்புறம் செலுத்த, அங்கே யாரோ இரண்டுபேர்.

சர்ப்பங்களின் உடல்கள் தனியாகவே அழகானவை. ஆண் சர்ப்பத்தின் மேனியில் பெண் சர்ப்பம் எதிர்பாராமல் தீண்டும்போதே, அதன் உடலெங்கும் காதலின் எச்சரிக்கை மணி ஒலிக்கத் தொடங்கிவிடுகிறது. சர்ப்பங்களின் காதல் காமத்தால் மாத்திரமே நிரம்பியது. திட்டமிட்ட அறிந்த பகிர்தலும் மூர்க்கமும் சப்தங்களும் தன் சுயத்தைப் பகிர்ந்து, வேறொன்றின் பாதியாக தன் உடம்பைப் பொருத்திக்கொள்கிற சர்ப்பங்களின் காதல், இந்த உலகின் வேறெந்த உயிர்களுக்கும் வாய்க்காத உயர்ந்தபட்ச நளினம்.

எத்தனையோவிதங்களில் பார்த்திருக்கிற ஒருத்தியின் முகத்தை அவளது ஆடைகளேதுமில்லாத உடலோடு பார்க்கக் கிடைக்கிற சந்தர்ப்பம் என்னமாதிரியானது? ஒரு நிர்வாணத்தின்மீது இருக்க வேண்டிய அல்லது இருக்கக்கூடாத முகங்கள் என்று இருவேறு பட்டியல்களைக் கொண்டவர்கள்தான் எல்லோருமே. யாராக இருக்கக்கூடாது என்பதில்தான் காணக்கூடாத அல்லது காண விரும்பாத காட்சிகளின் சாத்தியப்பாடுகளும் ஒவ்வாமைகளும் பெருகுகின்றன.

எனக்கு முன்னால், இரண்டு உடல்கள் இயங்கிக் கொண்டிருந்தன. அந்த இரண்டுபேரையும் எனக்குத் தெரியும். சரண்யா மற்றும் காராச்சேவு. பாருங்களேன்... அந்த இருவரின் நிசப்பெயர்களும் எனக்கு அறிவிக்கப்பட்டவைதான். சரண்யாவின் பெயர் நன்றாக நினைவில் இருக்கிறது. அந்த ஆடவனின் பெயர் சுத்தமாய் மறந்துவிட்டது.

அவன், அவள்மீது மூர்க்கமாக இயங்கிக் கொண்டிருந்தான். நான் சத்தியத்துக்கு அந்த இடத்திலிருந்து விலகி உடனே வெளியேறியிருக்க வேண்டும். அப்படித்தான் ஆசைப்பட்டேன். எனது கால்கள் மரத்துப்போயின என்றெல்லாம் ஜல்லியடிக்கப்போவதில்லை. எனக்குள் இருந்த இன்னொருவன். 'நீ என்னை பொஸஸ் பண்றே' என்றுசொன்ன ஒருத்தியின் மூடிய கண்கள் சட்டென்று திறக்கும் முன், இந்த இடத்தைவிட்டுப் போய்விடு...

இல்லை. நான் அங்கேயே நின்றுகொண்டிருந்தேன். தன் தலைகீழ்க்கண்களைத் திறந்தவள் ஒரே ஒருகணம் என்னைப் பார்த்தாள். அவளது இருப்பிலிருந்து, அங்கே நின்று அவர்களைப் பார்த்துக்கொண்டிருப்பது நான் என்பவன்தான் என சந்தேகமே இல்லாமல் புரிந்திருக்கும். அவளிடம் எந்தச் சலனமும் இல்லை. முன்னைவிட இன்னும் வெறிகொண்டு அவனது உடலை கட்டித் தழுவினாள். மறுபடி கண்களை மூடிக்கொண்டாள்.

நான் அப்படியே நின்றுகொண்டிருந்தேன். கூடல் என்பதில் மூன்றாவதாக ஒருவனுக்கு எந்த இடமும் இல்லை. எனக்கு, உடனே அந்த இடத்தை விட்டுக் கிளம்பிவிடவேண்டும்போல இருந்தது. நெஞ்சு படபடபட என அடித்துக்கொண்டது. அந்த இடத்தில் என்னைத் தவிர, அவர்கள் இருவரைத் தவிர பலரும் நெருக்கியடித்துக் கொண்டிருப்பதைப்போல பயம் பெருகிற்று. சட்டென்று விலகினேன். வெளியே என் காலடிக்கு சற்றுத் தள்ளி அமர்ந்திருந்த கணேஷின் தலையைத் தடவி, உஷ்... என்றபடியே 'உடனே வா...' என சைகை காட்டினேன். அவன், என்னவென்று ஒரு வார்த்தைகூட கேட்கவில்லை. உடனே ஷூக்களை அணிந்து கொண்டவன், 'வாய்யா...' என்றவாறே தொடர்ந்தான்.

பைக்கை எடுத்துக் கிளம்பும்போது கேட்டான்:

"ஏன்யா... எதுனா அவசரமா?" என்றான். "இல்ல கணேஷ், அங்க மண்டபத்துக்குள்ற ரெண்டு பாம்பு சேந்திட்டிருந்திச்சி" என்றேன். "ஓ... அப்டியா?" என்றவன், "அதுபாட்டுக்கு அது..." என்றான். நான் எதுவும் பேசவில்லை. "இனி, வேற எடம் பார்ப்பமா..." என்றேன். அவன், "வேணாம்யா, ஆர்வம் குறைஞ்சிட்டிது" என்றான்.

அதற்குப்பின்னால் சரண்யாவை நான் ஒருமுறைகூட பார்க்கவில்லை. ஏற்கனவே சொன்னாற்போல், அவளுக்கும் எனக்கும் இடையிலான பொதுஅம்சங்கள், சந்திக்கிற வாய்ப்புகள் குறைந்துகொண்டே வந்தது ஒரு காரணம். எனக்குள் அவளை, அவளது கண்களை சந்திக்கிற திராணி இல்லவே இல்லை. படிப்பை முடித்து தவமணி வீட்டைக் காலிசெய்து அங்கே வேறு இரண்டுபேர் குடிவந்து, அடுத்தடுத்து வாழ்வின் சாலைகள் தீராமல் இழுத்துச்சென்ற இத்தனை நாட்கள்.

அந்தக் கண்கள். தலைகீழ்க்கண்கள். எப்போதெல்லாம் என் ஞாபகத்துக்குள் அவை வரும் என்றே தெரியாமல் முழுவதுமாய் அந்தக் கண்கள்பற்றிய ஞாபகங்களுக்கு முழுவதுமாய் என்னை ஒப்புக் கொடுத்துவிட்டேன். சரண்யா, என் வருகையை தற்செயல் என்று எடுத்துக்கொண்டிருப்பாளா எனத் தெரியவில்லை. ஒருவேளை, நான் அவர்களைத் தொடர்ந்து வந்ததாக நினைத்திருப்பாளா...? நிசமாகவே, என்னை அவள் பார்த்தாளா? என்றுகூட அவ்வப்போது சந்தேகம்வரும். ஆனால் அதுமட்டும் சத்தியம். அவள் என்னைப் பார்த்தாள். அவளது அந்தக் கண்களால் என்னைப் பார்த்தாள். தலைகீழ்க்கண்கள் அவை. அவற்றால் என்னைப் பார்த்தாள். வந்திருப்பது அன்னியமற்ற ஒருவன் என்பதை மட்டும் உணர்ந்துகொண்டு மறுபடி மூடிக்கொண்ட அந்தக் கண்கள்... என்னை வெறுத்தனவா, விரும்பிற்றா, புரிந்துகொண்டதா? உண்மையில், என்னை அலட்சியமாய் ஆள்கிறதா, என் கடவுளா அல்லது சாத்தானா? என்றெல்லாம் அந்தக் கண்களை மாத்திரம் மறக்கமுடியாமல் பலநூறு முறை செத்திருக்கிறேன்.

அதற்குப் பின்னால் உறைந்த மௌனம். அங்கே பேசமுடியாத வார்த்தைகள். மௌனம் எத்தனை வலிமையான மொழி என்பதும் தன் நீண்டமேனியில் எத்தனை வார்த்தைகளைக் கொண்டு கோடிட்ட வெற்றிடங்களைப் பூர்த்திசெய்துகொள்கிறது என்றெல்லாம் வியந்திருக்கிறேன்.

உண்மையைச் சொல்லப்போனால், உடல் என்பது ஒரு கருவி. அதன் இயக்கம் ஆச்சரியமானது. தன்னைத்தானே திறந்தும், மூடியும்கொள்கிற இந்த உடல்தான், இந்த உலகம்

தோன்றியதிலிருந்து தோன்றிய எல்லாவற்றிலும் சிறப்பானது. இதன் சிறப்பு என்பது என்னவென்றே தெரியாத ரன்வேயில் உருளத்தொடங்குகிற விமானத்தின் சக்கரங்கள்போல் தொடங்கி, வான தூர உயரத்தில் எங்கோ க்ஷண நேரத்தில் காணாமல்போகிற ஆச்சரியம்தான் வாழ்க்கை. இதில் சிலரை மட்டும் நமக்குச் சொந்தமென்றும், நாம் இழந்தோமென்றும், நாம் பத்திரமாக வைத்துக்கொண்டிருக்கிறோம் என்பது எல்லாமும் 'தி நேம் ஒன்லி சர்வைவ்ஸ்...' என்பார்கள். பெயராய் மட்டும் மிஞ்சுகிற அபத்தத்தை வியக்காமல் இருக்க முடியவில்லை.

இதோ, இந்த கணேஷை 'வராதே' என்று எத்தனையோ முறை விரட்டியிருக்கிறேன். "கடவுளுக்கும் சைத்தானுக்கும் ஸ்பெல்லிங்தான் வேற"ன்னு, கஞ்சா ஏற்றிய சிகரெட்டுகளைப் பிடித்துவிட்டு, "யாரோ எழுத முயற்சிக்கிற கதைதான் நம்மளோட வாழ்க்க ரவி" என்பான். "நமக்குத்தான் நடக்குதுன்னாலும் நம்மோட விருப்பத்தோடயா நடக்குது? படத்துல முகம்காட்டாத டைரக்டர்மாதிரி, அவன் மட்டும் கைல கெடைக்கட்டும்..." என்று, பகபகவெனச் சிரிப்பான்.

'நானொரு சிந்து' பாடலை, 'நானொரு ஜிப்ஸி, காவடி ஜிப்ஸி...' என்று முழுவதும் பாடுவான். 'ஏண்டா?' என்றால் 'நானென்ன சுஹாசினியா?' என்பான்.

அவன் சொல்லுகிற ஒரு பதிலுக்கும் கேள்வி இருக்காது. அவனுடைய எந்தக் கேள்விக்கும் பதிலும் இருக்காது.

"திமிர், பிடிவாதம், கோபம், அகங்காரம், பொய், துரோகம் இதெல்லாமே கடவுள், மனுஷனுக்கு செஞ்சதுதானே மச்சி?" என்றான், கண்ணில் நீர் மல்க.

"பறவைச் சத்தம் கேக்கணும் மச்சி. பப்புவா கினிக்கு டிக்கெட் போடணும். காசு சேத்திட்டிருக்கேன்" என்றான் ஒருமுறை. ரோட்ல உக்காந்துட்டிருந்தான். "போதும்டா, எந்திரி" என்றேன்.

"இருவது வருஷத்துக்குமேல ஆச்சு" சிரித்தான் கணேஷ்.

பொய்க் கோபத்துடன், "அதை ஞாபகப்படுத்தாதே" என்றேன்.

“இவ்ளோ தூரம் வந்துட்டு அங்க போகாமயா? போறோம்...”

“இல்ல, நா வர்ல”

“போறோம்”

“போயி?” என்றேன்.

“இன்னிக்கு வந்து சேந்திருக்கற இந்த நிலா பாக்கறாப்ல, ஆளுக்கு ஒரு டோப்பு இழுத்துட்டு, ‘என் இனிய பொன்நிலாவே...’ பாதி பாடிட்டிருக்கும்போதே வந்துருவோம்” என்றான்.

ஒயிலாக தன்னுடைய புல்லட்டில் ஏறி அமர்ந்தான் கணேஷ். பின்னால் ஏறி அமர்ந்துகொண்டேன்.

“போவோமா?” என்றான்.

“எங்க?”

“கல்மண்டபத்துக்கு?” வண்டியை ஸ்டார்ட் செய்தவாறே என்னிடம் கேட்டான்:

“கண்கள்தான் மனுஷனோட உடம்புலயே ரொம்ப அபாயகரமான பாகம். of course, காமத்தை கையாளமுடியாத பாகமும்கூட.”

இதை எப்போதோ கணேஷ் என்னிடம் சொன்னபோது மௌனித்திருந்தது நினைவில் இடறியது.

“ஆமடா” என்றேன்.

அவனுக்குக் கேட்கவில்லை.

•

சாம்பல் மரங்கள்

1. சாம்பல் மழை

எனைச் சுற்றிலும் சாம்பல் நிறம் பெருகியது. நினைக்கையில் விசித்திரமாய்த்தான் இருக்கிறது.

பணி ஓய்விற்குப்பின், நான் என்னவெல்லாம் செய்வேன் என்று கடந்த இரண்டு வருடங்களாக திட்டமிட்டுக் கொண்டிருந்தேனோ அத்தனையிலிருந்தும் வேறொரு திசையில் பயணித்துக் கொண்டிருக்கிறேன். உண்மையில், மெர்ஸி இறந்துபோன அன்றைக்கு என் வாழ்வில் முதல்முறையாக சாம்பல் நிறம் கவிழ்ந்துகொண்டது. எத்தனை முயன்றாலும் மறக்கமுடியாத மெர்ஸி. என் வாழ்க்கையில் தன் சின்னஞ் சிறிய கண்களைச் சிமிட்டினபடி அவளது முதல் வருகை நேர்ந்தபோது அவளுக்கு வயது பத்தொன்பது. எனக்கு இருபத்தி ஆறு. இரண்டுமுறை இரட்டைக் குழந்தைகளைப் பெற்றவர்களை எல்லோரும் மிருகக்காட்சி சாலையைப் பார்ப்பது போல பார்த்தார்கள். நான்கு குழந்தைகளுமே அவர்களது பதின் பருவத்தின் கடைசியில், எங்களிடமிருந்து சிறகசைத்தபடி கிளம்பிச் சென்றுவிட்டபிறகு மறுபடி ஒரு காதல் காலம் தொடங்கலாம் என்று மெர்ஸியிடம்

சொன்னபோது, பன்னெடுங்காலம் கடந்து வெட்கித்தாள். அந்த வெட்கச்சிவப்புக் கன்னங்களுக்காக என்ன வேண்டுமானாலும் செய்யலாம். செய்திருக்கிறேன். மெர்ஸியை நான் களவெடுத்து வந்து திருமணம் செய்த கதை எனக்கே பழையது.

மெர்ஸியின் மரணத்துக்கப்பால் என் வாழ்க்கை முழுவதும் சாம்பல் நிறந்தால் மட்டுமே இருக்கப்போகிறது என்பதை உணர்ந்து கொண்டேன். அந்த நிறம் எனக்குள் வெறுமையின், தவிப்பின், வெறுப்பின் உக்கிரத்தை, வாதையின் குருதிக்கெட்டிப்பை, நோய்மையின் நிறமிழத்தலை உணர்த்திக்கொண்டே இருந்தது. ஒரு கழுகின் கூரிய அலகின் கவ்வுதலுக்குள் இன்னமும் கொல்லப்பட்டுவிடாத மெல்லின ஜீவனைப்போல் உயிரச்சம் என் தினங்களெங்கும் படர்ந்துகொண்டே இருந்தது. மிச்ச காலமெல்லாம் உயிரச்சத்துக்கு மாற்றைத் தேடியே கழியப்போகிறது என்ற உண்மை நிரந்தரமாய் கசந்தது. என்னை நெருங்கியவர்கள் உதிர்த்த ஓரிரு சொற்களின் ஆறுதலைக்கூட என்மீதான பரிகசிப்பாக உணர்ந்தேன். எங்கள் குழந்தைகளில் என்னிடம் மிகவும் ஒட்டுதலோடு இருந்த என் செல்லமகள் க்யேரியை 'இனிமேல் என்னை வந்து பார்க்காதே!' என்று துரத்தினேன். அதுகாறும், வீட்டின் வரவேற்பறையில் துள்ளிக்கொண்டிருந்த அழகிய மீன்தொட்டியைக் கொண்டுபோய் அடுத்த தெருவில் வசிக்கும் ஆண்டர்ஸனின் வீட்டுவாசலில் வைத்துவிட்டு, 'இதை இனி என்ன செய்தாலும் எனக்குச் சம்மதம்' என்று சொல்லிவிட்டு, அவனது பதிலுக்குக் காத்திராமல் விடுவிடுவென நடந்து காரில் ஏறித் திரும்பினேன். ஜூஜூ என்றொரு நாய் இருந்தது. அதனை கண்திறவா குட்டியாக மெர்ஸி எடுத்துவந்து வளர்த்தாள். மெர்ஸி இறந்துபோனபின் எழுபது மணி நேரங்கள் உண்ணாநோன்பிருந்து கண்களிலிருந்து தொடர்ந்து நீரை உகுத்தபடி அது செத்துப்போனது. ஒருவகையில், எனக்கு ஜூஜூவின்மேல் லேசாய் பொறாமை வந்தது. நான் ஏன் ஜூஜூபோலில்லை என, சிலசமயங்களில் சிந்தித்துக் கொண்டேன். அப்படியான இரவுகளின் மிச்சப்பொழுதுகளில் இருளில் பெருகும் சாம்பல் வர்ணத்தை உற்றுப் பார்த்தபடி கிடந்தேனேயொழிய உறங்கியதில்லை.

பியர்சன், என்னை விடாமல் சந்தித்துக்கொண்டே இருந்தான். என் மனைவியின் பிரிதல் என்னை எத்தனை துண்டங்களாக வெட்டியிருக்கும் என்று கொஞ்சமேனும் அனுமானிக்கத் தெரிந்தவன் பியர்சன். அவனால் மற்றவர்களைப் போல என் குணக்கேடுகளை காரணம்காட்டி என்னிடமிருந்து விலகிச் செல்ல முடியவில்லை. மேலும் அவனிடம் மெர்ஸி, தன் அந்திமத்துக்குப் பின்னதான நாட்களை ஒப்படைத்திருப்பதாக இரண்டொருமுறை முனகினபடி வந்து, வாயிலில் இருக்கும் தேக்கு சாய்வு நாற்காலியில் அமர்வான். எனக்கும் தெரியும், மெர்ஸி என்னைக் குறித்து பியர்சனிடம் என்னவாவது சொல்லியிருக்கக்கூடும். ஆக, நான் எதாவது ஒரு விசயத்தில் பரபரப்பாகும் வரை என்னை பியர்ஸன் விடமாட்டான் எனப் புரிந்தது.

வயதான காலத்தில் நான் என் தனிமையை இன்னும் சிக்கலாக்கிக் கொள்வதாகப் பியர்ஸன் சொன்னான். அவன் அப்படிச் சொன்னதில் உண்மை இல்லாமல் இல்லை என்றபோதும், நான் அவனை அலட்சியம் செய்தேன். எனக்குத் தெரிந்திருந்தது. என் அலுவலகத்தில் இன்னும் நூற்றிஎண்பது நாட்களுக்கு என்னை பொறுத்துக் கொள்வார்கள். அது அவர்களின் தலையெழுத்து. அதன்பின்னர் ஒரு நன்னாளில் என்னைத் துரத்திவிட்டு நிம்மதி அடைவார்கள். அது என் ப்ராப்தம். இந்த இரண்டுக்கும் நடுவே என் கடைசி ஆறு மாதங்களில் என் வேலையில் எந்தக் குறையும் வைக்காமல் பார்த்துக் கொண்டேன். நான் வேலை பார்த்தது அரசாங்கத்தின் பணத்தில் ஆனால் அரசின் கட்டுப்பாடற்ற சுதந்திரமான ஒரு ஏஜன்ஸி. வெளியே இருந்து பார்த்தால் ஒன்றுக்கும் உதவாத பேப்பர்களும் மேசைகளும் லொட்டு லொட்டுக் கம்ப்யூட்டர்களுமாகத் தோன்றக்கூடும். ஆனால் அதன் பின்னே சில சீரியஸான விஷயங்கள் நடந்துகொண்டிருந்தன. அடுத்த அதிபராக வர வாய்ப்புள்ளவர்களைப் பற்றிய பாரபட்சமில்லாத ஆய்வுகளில் இருந்து, ஆசிரியர்மீது துப்பாக்கியால் சுட்டுக் கொலை செய்துவிட்டு தானும் தற்கொலை செய்துகொண்ட ரக்பி வீரர் மகன் வரைக்கும் எல்லா மனிதர்களைப் பற்றியும் ஏதாவதொரு

அபிப்ராயத்தை . உருவாக்க இருக்கும் அபிப்ராயத்தை உறுதி செய்துகொள்ள அல்லது மாற்ற என சகல ஜல்லி வேலைகளையும் செய்து அலுத்துப்போன கிழட்டு மனிதனாக என் அலுவலகத்தை விட்டு வெளியே வந்தேன்.

ஓய்வுக் காலத்தில் பிற நாடுகளைச் சேர்ந்த ஏஜன்ஸி எதிலும் வேலைக்குச் சேரமாட்டேன் என்று ஏழெட்டு காகித சத்தியங்களைச் செய்தபிற்பாடு, என் முதுகில் இரண்டு கண்களைப் பொருத்தியபிறகே என்னை விடுவித்தார்கள். அதிலும் மிஸஸ் சிம்சன் என்றொருத்தி. அவளது இயற்பெயர் என்னவோ நாஸ்தென்காவோ எதோ வரும். அவள் என்னை குறைந்தபட்சம் இரண்டு மூன்று வருடங்களுக்காவது பின்தொடர்ந்துகொண்டே இருக்கப்போகிறாள் என்பதுவரைக்கும் எனக்கும் தெரிந்திருந்தது. எதுவும் புதிதில்லை. நான் எனக்கு முன்னால் ஒவ்வொருவரையும் எந்த வழியில் விடை தந்தேனோ அதே தானே எனக்கும் வழங்கப்படும். எனக்கு அவர்கள்மீது எந்தக் கோபமும் இல்லை. நான் காட்டிக்கொடுப்பதற்கென்று எதுவும் இல்லை என்பதை அவர்கள் நம்பும்வரை இப்படி இருக்கும். என்றாலும் என் சாம்பல் பெருகும் தனிமையின்மீதுள்ள கோபத்தில் என்னையறியாமல் ஏதேனும் குற்றச்செயலில் ஈடுபட்டுவிடுவேனோ என்ற அச்சமும் இல்லாமலில்லை.

2. இரண்டு வழிகள்

சர்வ நிச்சயமாக, ஒரு காரணமும் இன்றி யாரையாவது கொலை செய்வேன் என்றோ அல்லது என்னை நானே மாய்த்துக் கொள்வேன் என்றோதான் நம்பினேன். அதிலும் கால கால அடிமைக்குச் சுதந்திரம் வழங்கப்பட்ட வெகுசில நாட்கள் நரகத்திற்கு ஒப்பான கூச்சத்துடன் இருக்கும் அல்லவா! அப்படித்தான் நேரத்தை எப்படிக் கொல்வதெனத் தெரியாமல் என்னென்னவோ செய்தேன்.

ரிடையர்டான மறுநாள், எனக்குத் தெரிந்த அனைவருக்கும் வரிசையாக மின் அஞ்சல்களை அனுப்பிவைத்தேன்.

எல்லாவற்றிலும் விடாமல் ஒரே உட்செய்தியாக நான் ரிடையர்டு ஆகிவிட்டேன் என்பதையும், மெர்ஸியை நான் மிகவும் தேடுகிறேன் என்பதையும் க்யேரி நலமாக இருக்கிறாள் எனவும் மட்டுந்தான் எழுதி இருந்தேன். இதுவரைக்கும் யாருக்குமே நான் மின் அஞ்சல் செய்தவனில்லை என்றாலும் அன்றைக்கு மாலைக்குள் கிட்டத்தட்ட முப்பத்தியாரு பதில் மெயில்கள் வந்திருந்தன. என்னை தங்களின் உறவினன் என்றும் நண்பன் என்றும் நம்புகிற அனேகர், எனக்கு ஓய்வுக்கான வாழ்த்தையும் மகிழ்ச்சியையும் தெரிவித்திருந்தார்கள். சம்பிரதாயமான அத்தனை மடல்களையும் வெறுக்கத் தலைப்பட்டேன். நான் எழுதியதற்கான பதில்தான் அவை என்றாலும் எனக்குத் தேவையான பதிலாக அவை எதுவுமே இல்லை. இரண்டே இரண்டு பதில்கள் என்னை லேசாய் கவரும்வண்ணம் இருந்தன.

ஃபெலாஸ்டின் என்றொரு பழைய சினேகிதன். அவனும் நானும் பால்யத்தில் ஒரே பள்ளியில் படித்தோம். அதன்பின் ஓரிரு முறை சந்தித்திருக்கிறோம். அவன் கிழக்கு அலாஸ்காவில் ஒரு விடுமுறை இல்லத்தை நடத்திவருவதாகத் தெரிவித்திருந்தான். தன்னோடு வந்து தங்குவதில் எந்தவிதமான சிரமமோ, ஆட்சேபமோ இல்லை எனத் தெரியப்படுத்தி இருந்த ஃபெலாஸ்டின், தனியே அமர்ந்து மது அருந்துவதற்குப் பின்னதான இரவு மௌனங்களைப் பற்றி அங்கலாய்த்திருந்தான். அவனது மெயிலில் மகிழ்விடுதி என்னும் சொல்லே என்னை வசீகரித்தது. நான் வசிக்கும் ஊரின் உள்ளூர் முகங்களையே தொடர்ந்து தரிசித்துக்கொண்டிருக்கும் எனக்கு இது ஒரு தேவ செய்தி.

இன்னொரு மெயில், எனக்கு வந்த பதில்களுக்கு நடுவே இருந்தது. அனுப்பியவர் யாரென்று கவனிக்காமலேயே அதன் உள்ளே பார்வையை ஓட்டினேன்.

அது, ஆராதனைமூலமாக மீட்பு எனும் ட்ரஸ்டிலிருந்து வந்திருந்தது. அதனை அனுப்பியவர் பெயர் மெக் ஆலன் என்று இருந்தது.

அன்புள்ள ஸாம் ஆல்வின்,

தாங்கள் சமீபத்தில் பணியிலிருந்து ஓய்வுபெற்றிருக்கிறீர்கள் என அறிந்தோம். எல்லாம் வல்ல இறைவனின் அருளால் தங்களுக்கு நெடிய வாழ்வு ஆரோக்கியத்துடன் அமைவதாக. தாங்கள் விரும்பினால் எங்கள் அலுவலகத்தில் கீழ்க்கண்ட இரண்டு வேலைகளில் ஏதேனும் ஒன்றை ஏற்றுக்கொள்ளலாம். தாங்கள் விரும்பக்கூடிய ஊதியத்தையும் வசதிகளையும் எங்கள் நிறுவனம் வழங்கத் தயாராக உள்ளது. ஒப்பந்த காலம் ஒவ்வொரு மூன்று ஆண்டுக்கு ஒருமுறை மறு உறுதி செய்துகொள்ளப்படும்.

தங்கள் அன்புள்ள

மெக் ஆலன்

பணிகள்.

1. எங்கள் நிறுவனத்துக்குச் சொந்தமான பால் பண்ணையின் தலைவராக பதவியேற்றுக் கொள்ளலாம். அதன்பொருட்டு கலிஃபோர்னியாவில் அமைந்திருக்கும் பண்ணையில் தங்கி வேலை பார்க்க வேண்டியிருக்கும்.

(அல்லது)

2. பென்ஸில்வேனியாவில் நீங்கள் தங்கியிருந்தபடி மனம் கலைந்தோரை மீட்டெடுக்கும் கவுன்ஸல்லிங் சேவையைத் தரலாம். உங்களது அடையாளங்கள் பயனாளிகளுக்குத் தெரியவே தெரியாது. சிலநேரங்களில் பயனாளிகளின் அடையாளங்களும் மறைத்து வைக்கப்படலாம். ஒவ்வொரு கேஸின் தீவிரத்தன்மை பொறுத்து நீங்கள் பொறுப்பேற்றுக்கொள்ளும் காலத்துக்கு அவர்களுடன் தொடர்ந்து உரையாடி, அவர்களை நெறிப்படுத்துவது ஒரு வேலையல்ல. சாகசங்களைக் கடந்துவந்திருக்கும் உங்களுக்கு அது எளிதாக இருக்கும் என நம்புகிறோம்.

இந்த மெயிலின் பின்னால், நான் வேலை பார்த்து ரிடையர்டு ஆன ஏஜன்ஸி இருப்பதை உடனே அறிந்துகொண்டேன். யாரென்றே தெரியாத எனக்கு, ஏன்

இத்தனை அவசரமாக இன்னொரு வேலையை அளிக்க இந்த நிறுவனம் முன்வரவேண்டும்? என்னைவிட்டால் ஆளா இல்லை? என் ஏஜன்ஸிக்கு பயம். எங்கேயாவது சொல்லாமல் கொள்ளாமல் போய் ஒளிந்துகொள்வேனோ என்று. அதனால்தான் மூன்று வருடம் காண்டிராக்ட் என்று எளிய வேலை, நல்ல சம்பளம் என்றெல்லாம் ஆசைகாட்டி என் இருப்பிடம், என் செல்பேசி எண், என் நடவடிக்கைகள் அனைத்தையும் தங்கள் கட்டுக்குள் வைத்துக்கொள்ள இப்படியொரு ஏற்பாட்டை முனைகிறார்கள். எனக்குக் கோபம் வந்தது. நான் எத்தனை பெரிய அறிவாளி என்கிற தம்பட்டம் இல்லை ப்ளீஸ்... என் கடைசி சிப்பந்திகூட இதனை யூகித்துவிடமாட்டானா? இப்படி ஒரு ஓப்பன் ஆஃப்பர் தரலாமா? வேலையே இல்லை. அதற்கு கைநிறைய சம்பளம். ஆனால் மூன்றாண்டு காண்டிராக்ட் வேறு. நம்ப முடிகிறதா இதை? எதிரியை நோக்கி உயர்த்துவதற்கு முன்னால் அட்டைக் கத்தி என்பதையாவது சோதித்தறிந்திருக்க வேண்டாமா? இதனை எப்படி நான் ஒத்துக்கொள்வேன்? கர்த்தரே! என்னை மன்னியும். என்னால் கலிஃபோர்னியா சென்று குளிரில் மாடுகளுக்குக் குண்டி கழுவிவிட முடியாது. எத்தனை சர்க்கரையை அள்ளி என்மேல் தூவினாலும் சரி. என் ஒரே ஆப்ஷன் இரண்டாவது வேலைதான்.

இத்தனை திட்டிவிட்டு இரண்டாவது வேலையை ஒப்புக்கொள்ளப் போகிறேனே என்றுதானே பார்க்கிறீர்கள்? எனக்கு உண்மையில், ஆப்ஷனே இல்லை என்பதும் இந்த இரண்டாவது வேலையை மாத்திரம்தான் நான் ஒப்புக்கொள்வேன் என்பதும் என் சிறுவயதுக் காதலி நீஃபருக்குக்கூட தெரியும். இதன்பின்னால் இருக்கும் என் பழைய ஏஜன்சியின் கல்மிஷத்தைத்தான் வெறுக்கிறேன். எனக்கெதற்கு ரிடையர்டுமெண்ட்? இருந்தாலும் அரசாங்கத்தின் பவுண்டரிகளை மீறமுடியாது. ஓய்வை அறிவித்து அளிக்கிறமாதிரி அளித்துவிட்டு பைத்தியம் பிடித்த நாய்மாதிரி என் முதுகில் அமர்ந்துகொண்டு என்ன திங்கிறேன், எப்போது தூங்குகிறேன், கழிக்கிறேன் என்றெல்லாம் மோப்பம் பார்ப்பது எந்தவகையில் நியாயம் அய்யா?

மனிதத்தன்மை என்றால் என்னவென்றே தெரியாத என் ஏஜன்சி, ஆயுசு முழுக்க என்னைத் தொடர்ந்துகொண்டே இருக்கப்போகிறது. வேறுவழியில்லை. என் உடலில் படர்ந்த ஒரு மச்சம் போன்ற என் வேலையின் தீற்றலை என்னால் என்ன செய்தாலும் என்னிலிருந்து பிய்த்தெறிய இயலாது. நோ வே! அடுத்த மாதத்தின் முதல் வாரம் பொறுப்பேற்றுக்கொள்வதாக ஒரு மடலை அனுப்பினேன்.

3. மகிழ்விடுதி

மனது இப்போது முன்புமாதிரி இல்லை. என்னைச் சுற்றிலும் வழிந்துகொண்டிருந்த சாம்பல் வண்ணங்களின்மீது வெள்ளையும் கறுப்புமாய் இரண்டொரு புதிய வண்ணங்கள் தோன்றலாயின. இரவுகளில் நன்றாகத் தூங்கினேன். பழைய சேகரத்திலிருந்து ஜிம்ரீவ்ஸ், பாப் மார்லி, மைக்கேல் ஜாக்ஸன் எனக் கலந்துகட்டியாய் சங்கீதம் கேட்டேன். நகரத்தின் டிபார்ட்மெண்ட் ஸ்டோர்ஸில் இருந்து தருவித்த விலையுயர் ஒயினை ரசித்துப் பருகினேன். அடுத்து வந்த மூன்று நாட்களில் கலங்கல் ஏதுமின்றி, என் வாழ்க்கையில் அடுத்த நகர்தல்குறித்த தெளிவான சித்திரத்தை உண்டுபண்ணிக் கொண்டேன்.

தேவையில்லை எனக் கருதிய எல்லாவற்றையும் விற்று அழித்தேன். தேவையான சொற்பப் பொருட்களை ஒரு வேனில் ஃபெலாஸ்டினின் மகிழ்விடுதி முகவரிக்கு அனுப்பிவிட்டு விமானத்தில் கிளம்பினேன். ஃபெலாஸ்டின் நம்பமுடியாமல் என்னை வரவேற்க அவனே விமான நிலையத்துக்கு வந்திருந்தான். அவனும் ஒரு மனையாளற்றவன் என்பது அவன் பேச்சிலிருந்து புரிந்தது. அவனது தனிமை என்னை நோக்கி அவனை வேகமாய் செலுத்தியதுபோலும். தன்னுடனேயே இருந்துவிடலாம் என அடிக்கடி சொல்லிக் கொண்டிருந்தான். நான் லேசாய் தலையசைத்துக் கொண்டேன். என்னிடம் என்றில்லை. எனக்குக் கெஞ்சுகிறவர்களையே பிடிக்காது. ஃபெலாஸ்டினின் பண்ணை சிலாக்கியமாய் இருந்தது. உயர்

ரக ஆப்பிள் விளைந்து, காற்றில் அதன் மணம் லேசாய் அடித்தது. நான் அவனது காரின் முன்சீட்டில் வெகுகம்பீரமாக அமர்ந்து அந்தப் பண்ணையினுள் முதல்தரம் பயணித்தேன்.

நடுவாந்திரத்தில் நீச்சல்குளம், தேனீர் விடுதி, மதுக்கூடம், உணவகம் ஆகியவற்றோடு மகிழ்விடுதி இருந்தது. உலகின் பல தேசத்தின் யுவதிகளும் அவனிடம் வேலைக்கு இருந்தார்கள். ஆசியர்கள் குறிப்பாக, இந்தோனேசியர்கள் நாலைந்துபேர் இருந்தார்கள். வம்சாவளி அமெரிக்கர்களும் இருந்தனர். சிப்பந்திகளை அழைத்து வரிசையாக நிற்கவைத்து அறிமுகம் செய்வித்தான் ஃபெலாஸ்டின்.

"இவர் விருந்தினர் அல்லர். என் நண்பர். உங்களுக்கெல்லாம் இன்னொரு முதலாளி. அப்படித்தான் நீங்கள் பாவிக்கவேண்டும். இவர் என்னிடம் உங்களை மகிழ்ந்தால் நலம். வருந்தினால் உங்களை தயவேதுமின்றி வெளியே துரத்திவிடுவேன்" என்றான்.

எனக்கு இன்னும் மிடுக்காய் இருந்தது. தனக்கு வந்த ஒரு ஃபோன் காலை அடுத்து ஃபெலாஸ்டின் அவசரமாகக் கிளம்பினான். மாடியில் வலதுபுற அறையை எனக்கு நானே வழங்கிக் கொண்டேன். ஒரு சின்ன நூலகமும் ஸ்னூக்கர் டேபிளும் இருந்ததை கவனித்தேன். பயல், நான் நினைத்ததைவிட செல்வந்தனாகத்தான் இருக்கிறான். எனக்கு அந்த இடம் வெகுவாய்ப் பிடித்துப்போனது. மெல்ல மெல்ல என்னைப் பிடித்துவைத்திருந்த சாம்பல் விலங்கிலிருந்து வெளிப்படலானேன். என் பழைய வண்ணங்கள் ஒவ்வொன்றாய் எனக்கு மறுபடி கிடைக்கலாயின. அடுத்த தினம், மதிய நேரம் கட்டிலில் படுத்தபடி டீவி.யில் லயித்திருந்தேன். கதவைப் படாரென்று திறந்துகொண்டு அவள் உள்ளே வந்தாள். அவள் அணிந்திருந்த ஆடை என்னை ஈர்த்தது என்றுதான் சொல்லவேண்டும். என் வாழ்வில் நான் சில பெண்களை மட்டுமே திரும்பத்திரும்ப பார்க்கும் வாய்ப்பைப் பெற்றிருந்தேன். கடந்துசெல்லும் அன்னியர்களில் பெண்களை உற்றுநோக்குவதைக்கூட வெட்டி வேலை என்று நம்புகிறவனாயிருந்தேன். என்னைப்

பொறுத்தவரைக்கும், பெண் என்பவள் ஒரு ஆடவனின் வாழ்க்கையில் ஒரு உபகரணம். ஒரு நிமித்தம். ஒரு கட்டாயம். அவ்வளவுதான். மெர்ஸியை எனக்கு மிகவும் பிடித்ததற்குக்கூட அவள் என்னை பலவகைகளில் பொறுத்துக்கொண்டவள் என்பதிலிருந்துதான் தொடங்கும். எங்கள் வாழ்க்கையின் காதல் காலம் மிகச்சொற்ப நாட்களையே உட்கொண்டிருந்தது.

இவள் புதுமாதிரியாயிருந்தாள். வைத்த கண்ணை விலக்காமல் நாங்கள் இருவரும் ஒரு கணத்தின் பாதியைப் பார்த்தவாறு இருந்தோம். என்பற்றிய அத்தனை தகவல்களையும் அழித்துவிட்டு, அவளைப் பார்க்கும் அந்தக் கணம் மட்டுமே எனக்குள் நிரம்பினாற்போல் உணர்ந்தேன். செம்பழுப்பும் நீலமும் கலக்கும் புதிய வர்ணத்தில் அவள் கண்கள் ஒளிர்ந்தன. மிகவும் உறுதியான சவுக்குத் தொகுப்பைப் போல் அவளது கேசம் வழிந்துகொண்டிருந்தது. உடலைக் கவ்வும் ரெக்ஸின் கச்சை அவள், தன் அழகைப் பறைசாற்றிக்கொள்ள விரும்புகிறவள் என்று தெரிவித்தது. முகமெங்கும் பார்த்துப் பார்த்து தன்னை தயாரித்துக்கொண்டு வந்திருக்கிறாள் என்பது அவளது மேக்அப்பில் புரிந்தது. இடுப்பில் ஒரு வெளிறிய ஸ்டோன்வாஷ் துணியாலான ட்ரவுசரை அணிந்திருந்தாள். அவளது உதடுகளின் அலட்சியம் எனக்கு மட்டுமில்லை; எந்த ஆணுக்கும் வெறுப்பையே வரவழைக்கும். அவள் கண்களில் ஏளனம் தெரிந்தது.

நான் "பார்டன்" என்றேன். பொதுவாய், உபசாரச் சொற்களை உச்சரித்து எனக்குப் பழக்கமில்லை.

அவள் என்னை தாண்டிக்கொண்டு அறைமூலையில் இருந்த கண்ணாடியில் தன்னைப் பார்த்துக்கொண்டே வாஷ்பேஸினில் கைகளை நன்றாக கழுவிக்கொண்டாள். கீழே ஹேங்கரில் இருந்த துவாலையால் தன் கைகளை மட்டும் ஒத்திக்கொண்டு என்னைத் தாண்டி மறுபடி நடந்தவள் வாசலில் நின்று திரும்பினாள்

"இது என் அறை. ஏதோ தவறியிருக்கிறது. உங்களுக்கு வேறொரு அறையை தரச் சொல்கிறேன்" என்றாள். போய்விட்டாள்.

எனக்கு ஆத்திரமாக வந்தது. அது காரணமே இல்லாத ஆத்திரம் என்றெனக்குத் தெரிந்தபோதும் என்னால் என்னைக் கட்டுப்படுத்திக் கொள்ள முடியவில்லை. நான் ஏன், அவளை வெறுக்கிறேன் என்பதற்கு அவள் என் வாழ்க்கையில் நுழைந்தவிதத்தில் இருந்து இப்போது சொல்லிச்சென்ற சொற்கள் வரைக்கும் எல்லாவற்றையும் காரணப் படுத்திக்கொள்ள விழைந்தேன். அவள் அங்கே வேலைபார்ப்பவள் என்றெனக்கு நன்றாகத் தெரிந்தது. நான் அந்த இடத்துக்கு எத்தனை புதியவன் என்பதைத் தாண்டி, அங்கே எனக்குள்ள செல்வாக்கை எனக்கே நிரூபித்துக்கொள்ள விரும்பினேன். ஃபெலஸ்டின் பெயரை நாலைந்து முறை இறைந்தேன். அந்த அறை மூலையிலிருந்த தொலைபேசியை எடுத்து ஜீரோவை அழுத்தியதும், ரிசப்ஷனிஸ்ட் என்ன எனக் கேட்பதற்குள் "ஃபெலஸ்டின் என்னும் காட்டுப்பன்றியை உடனே என் அறைக்கு வரச்சொல்." என்று இறைந்தேன்.

அடுத்த மூன்றாவது நிமிடம். கதவை சம்பிரதாயமாகத் தட்டிவிட்டு மூன்று சிப்பந்திகள் நுழைந்தார்கள். எனக்கான அறை மேல் தளத்தில் இருப்பதாகவும், தவறாக இந்த அறைக்கு நான் அனுப்பப் பட்டதற்கு வருந்துவதாகவும் சொன்னார்கள். என் பதிலுக்குக் காத்திராமல் அந்த அறையில் இருந்த என் சாமான்களை கவர்ந்து கொண்டு முன்னே நடக்க ஆரம்பித்தனர். எனக்கு இப்போது முந்தைய ஆத்திரம் முற்றிலுமாக வடிந்துபோய் அவமானமாய் உணர்ந்தேன். நான் விரும்பிய காட்சிக்குப் பதிலாக வேறொரு காட்சி என் கண்முன்னே நடந்துகொண்டிருப்பதைச் செய்வதறியாது கவனித்தவனாய் அவர்களைப் பின்தொடர்ந்தேன். புதிய அறை முன்பிருந்ததைவிட இன்னும் நெடியதாகவும் அழகாகவும் இருந்தது. என்னை வரவேற்பது போல் வாத்திய இசை வழிந்துகொண்டிருந்தது. எதிலும் மனம் லயிக்காமல் கதவைப் பூட்டிக்கொண்டு திசையற்ற இருளை வெகுநேரம் வெறித்தபடி இருந்தேன்.

ஃபெலாஸ்டின் வெளியூர் சென்றிருப்பதாகவும் நாளைதான் வருவான் என்றும், எனக்காக ஒதுக்கப்பட்ட பணியாளினி ஜேடி சொன்னாள். அவளிடம், கீழறைக்கு வந்தவள் யார்?

எனக் கேட்டேன். ஜேடி என்னைப் பார்த்து அடிக்கடி புன்னகைக்க முயன்றாள். எப்படியாவது என்னிடம் நல்லபேர் எடுத்து அதன் மூலமாய் ஃபெலாஸ்டினிடம் அதனை மாற்றிக்கொள்ள விரும்புகிறாள் எனத் தெரிந்தது.

"அவள் பெயர் ஜாவெலினா. அவள்தான் இந்த மகிழ்விடுதியை நிர்வகிப்பவள். ஃபெலாஸ்டின், அவள் சொல்லுக்கு மாற்றாக எதனையும் செய்வதில்லை. அந்த இடத்தின் அத்தனை அதிகாரங்களும் அவளிடம்தான் குவிந்திருக்கின்றன என்றாள். ஜாவெலினாவைக் காட்டிலும் தான் தேர்ந்தவள் என்றும் தனக்கு அவளைப்போல் சாமர்த்தியம் கிடையாதென்றும் கூடுதல் தகவலை தந்து சென்றாள்.

எனக்கு சப்பென்றாகிவிட்டது. நடந்தவரைக்கும் நல்லது என்று தோன்றியது. நல்லவேளை, நான் குமுறிய கணத்தில் ஃபெலாஸ்டின் இங்கே இல்லை என மனதோரம் மகிழ்ந்தேன். தூங்கினேனா எனத் தெரியாது. எழுந்தபோது முன்இரவு. எனக்குள் முன்பிருந்த வெறுப்பின் சாறு கொஞ்சமும் மீதமில்லாததுபோல் புதிய உற்சாகம் பொங்கிற்று.

என் கவுன்ஸிலர் வாழ்வின் முதல் அழைப்பு அப்போதுதான் வந்தது.

4. முதல் அழைப்பு

எனக்கு வேலைதந்த நிறுவனத்திலிருந்து அதிகாரி ஆல்வின் என்பவன் பேசினான். 'அன்புள்ள ஸாம்... உங்களுக்கான முதல் டெலிஃபோன் கால் இதோ, இன்னும் சில வினாடிகளில் கனெக்ட் ஆக இருக்கிறது. இவள் பெயர் வூடி. வயது இருபத்திமூன்று. நாலைந்துமுறை தற்கொலை செய்துகொள்ள முயற்சித்துவிட்டாள். இனி நீங்கள் பேசவேண்டியது... ஆண்டவரின் க்ருபை உங்களை செலுத்துவதாக' என்றவாறு வூடியின் காலை கனெக்ட் செய்தான்.

அப்படி ஒரு குரல் இருக்கிறது என்று உங்களுக்குத் தெரியுமா? எனக்கு அப்போதுதான் தெரியும்.

"ம்ம்ம்" என்றாள். அதுவே ஒரு பாடலின் பல்லவியைவிட தூக்கி அடித்தது. என்னடா கிழவன் இப்படிக் கிறங்குகிறான் என்று பார்க்கிறீர்களா? இது வேறு ஸார். அந்தக் குரலைக் கேட்டால் தெரியும். உலகின் அதிஉன்னத தேவகுரல் அதுதான்.

நான், "வணக்கம். என் பெயர் ஸாம்" என்றேன்.

"நான் ஜூடி" என்றாள். ஒரு சுரத்தும் இல்லாத அந்தத் தொனியே என்னை வீழ்த்தி எழுதி வாங்கிற்று. இன்னும் இவள் கொஞ்சினால் நான் எப்படி உய்ப்பேன்?

"ஜூடி... உனக்கொரு ரகசியம் சொல்லவேண்டும்" என்று, தாழ்ந்த குரலில் ஆரம்பித்தேன். "மே பீ, இந்தக் கால் ரெகார்ட் செய்யப்பட்டுக் கொண்டிருக்கலாம். என் நம்பர் 142778988. இதற்கு இப்போது நான் பேசிக்கொண்டிருக்கும்போதே உன் செல்லிலிருந்து ஒரு டெக்ஸ்ட் அனுப்பு. நாம் இந்தக் காலுக்கு அப்பாலும் நண்பர்களாக இருக்கலாம்" என்றேன். "எனக்குத் தெரியும், ரெக்கார்ட் செய்தாலும் அதைப் போட்டுக்கூட கேட்க மாட்டார்கள் பன்றிகள்."

அவளுக்கு வழமையிலிருந்து மாறிய என் அணுகுமுறை, ஏதோ ஒரு ஈர்ப்பைத் தந்திருக்க வேண்டும். ஐம் ஜூடி என்று, என் செல்லுக்கு டெக்ஸ்ட் வந்ததை உறுதி செய்துகொண்டேன். பிறகொரு பத்து நிமிடம் சாந்தமாக ஒரு பாதிரியாரைப் போல் எனக்குத் தெரிந்ததை எல்லாம் பிரசங்கித்துவிட்டு ஃபோனை துண்டித்தேன். அடுத்த இரண்டாவது நிமிடம், ஜூடியின் செல்லிலிருந்து எனக்கு கால் வந்தது. அட்டெண்ட் செய்தேன். "டியர்... உனக்கு அந்த ரகசியத்தைச் சொல்வது என தீர்மானித்துவிட்டேன். பட், என்னை காட்டிக் கொடுத்துவிடமாட்டாய் அல்லவா! உனக்கு கவுன்ஸலிங் கொடுப்பதற்காகத்தான் வந்தேன். உன் பெயரும் குரலும் என்னை என்னவென்னவோ செய்துவிட்டன. என்னால் நல்லவன்போல் நடிக்க முடியவே முடியாது. அதனால் எனக்கு மாத்திரம் தெரிந்த, இதுவரைக்கும் நான் என் நிழலுக்குக்கூட பகிர்ந்தளிக்காத ரகசியத்தை உன்னிடம்

மாத்திரம் பகிர்ந்துகொள்ளலாம் என்று முடிவெடுத்து விட்டேன்." இரு நீண்ட வாக்கியங்களின்போது எனக்குக் குடிக்க தண்ணீர் வேண்டும் என்றவாறே, தண்ணீர் ஜக்கை தேடி எடுத்து கவிழ்த்துக் கொண்டேன்.

"என்ன அந்த ரகசியம்?" என்றாள். குரல் மெல்ல இளகத் தொடங்கியதை உணர்ந்தேன்.

"உன் அதே பெயர்தான். வூடி. முழுப்பெயர் வூடி தாமஸ் அலோஷியா. அவளை பன்னிரெண்டு ஆண்டுகளுக்கு முன்னால் நான், என் கரங்களால் கழுத்தை நெறித்துக் கொலை செய்தேன். யார் செய்ததென்று தெரியாத பல நூறு கொலைகளில் ஒன்றென அதுவும் தூங்கிக் கொண்டிருக்கிறது. இப்போது இன்னொரு வூடிக்கும் தெரியும். முதல் வூடியை கொன்றவன் நானென்று."

என் உடலெங்கும் கட்டியிருக்கும் கயிற்றை அவிழ்க்கிற கணத்தின் ஆச்சர்ய மகிழ்வோடு அவளிடம் இதனைச் சொன்னேன். அவள் முழுவதுமாக என் வசம் வந்திருந்தாள். சொல்லேன், உன் வூடியைப் பற்றி என்று, என்னிடம் அடுத்த அழைப்பில் கேட்டாள். நானும் அவளும் அடுத்த பத்து நாட்கள் முழுக்க முழுக்க வூடியும் நானும் சந்தித்த தருணத்திலிருந்து ஒரு மெகா சீரியலைப் போல அவளிடம் நடந்ததை எல்லாம் சொல்லிக்கொண்டே இருந்தேன். அவள் செல் பில்லைப் பற்றிய கவலையின்றி மணிக்கணக்கில் பேசினாள். அவ்வப்போது நான் மறந்த சில உபநதிகளை என்னிடம் அழைத்து வந்து கொடுத்தாள். அந்த அளவுக்கு அவளுக்கு வூடியின் கதை மீது லயிப்பு இருந்தது.

மெல்ல அவள் தற்கொலையின் பிடியிலிருந்து வெளியே வந்து கொண்டிருக்கிறாள் என்பது அவளது குரல்வழியே தெரிந்தது. அது மாத்திரமல்ல; என்னிடம் எந்தவிதமான தயக்கமும் இல்லாமல் தன் வாழ்க்கையின் முக்கியமான தருணத்தில் எங்கள் சினேகிதம் மலர்ந்திருப்பதாகச் சொன்னாள். பேச்சுவாக்கில் என் வயது மற்றும் குடும்பப் பின்னணி குறித்தெல்லாம் சொன்னேன். அவற்றை எல்லாம்

எளிதான சொற்களைக் கொண்டு கடந்தாள். உண்மையில், எனக்கே அவளிடம் என்ன எதிர்பார்ப்பது என்பதில் குழப்பங்கள் இருந்தன. இருந்தபோதிலும் நானாக கற்பனை செய்து ஒரு வூடியை நிஜமான வூடியின் மனதினுள் ஆழப் பதிந்துவிட்டேன்.

உங்களிடம் சொல்லலாம். வூடியிடம் பேசத் தொடங்கியபோது எந்தத் திசையில் நகர்வதென்றே தெரியாமல்தான் இருந்தேன். அவள் பெயரைக்கொண்டே ஒரு அதிர்ச்சியைத் தருவதற்கான முகாந்திரத்தில் வூடி என்கிற ஒருத்தியை, கழுத்தை நெறித்துக் கொலை செய்துவிட்டதாக சொன்ன பிற்பாடு கதை கேட்கிற ஆர்வத்தில் அவள் மறுதினம் கால் செய்ததற்குள் எந்தக் கதையை அவளிடம் சொல்வதென்ற முடிவுக்கு வந்திருந்தேன்.

அந்தச் சம்பவம் பன்னிரெண்டு ஆண்டுகளுக்குமுன்னால் நான் தற்போது தங்கியிருப்பதைப் போன்ற ஒரு ரிஸார்ட்டில் நடந்ததாகச் சொன்னேன். வூடி என்ற பாத்திரத்திற்கான குணாம்சங்கள், முகபாவங்கள், உடலளவுகள் என எல்லாவற்றையும் நான் தினமும் வெறுக்கத் தலைப்பட்ட ஜாவலினாவிடமிருந்து எடுத்துக் கொண்டேன். என் கதையின் வூடியாகிய ஜாவலினா, என்மேல் ஒருதலையாக காதலில் தள்ளாடுபவளானாள். என்னிடம் எப்போதும் அன்பை யாசித்தாள். என்னை கெஞ்சிக்கொண்டே இருந்தாள். பல இளவரசர்களைப் புறக்கணித்துவிட்டு வூடி, என் காலடியில் மன்றாடினாள். தன் எல்லாச் சொற்களாலும் என்மீதான காதலை சொல்லிக்கொண்டே இருக்கத் தலைப்பட்டாள். எனக்கே, என் கற்பனையின் ஒரு மூலையில் ஆனானப்பட்ட ஜாவலீனா, வூடி என்ற பெயர் தாங்கி என் காலடியில் வீழ்ந்திருப்பது மிகவும் பிடித்தது. ஒருவகையில், என் ஈகோவுக்கு அது தேவைப்பட்டது என்றே நினைக்கிறேன். நிஜத்தில், ஜாவலீனா என்னை புழுவைப்போல நடத்தினாள். நான் என்கிற ஒரு ஜீவராசியே இந்த உலகத்தில் இல்லை என்கிறாற்போலவே நடந்து கொண்டாள். இரண்டொருமுறை கர்ட்டஸிக்காக என்னையும் அவளையும் அறிமுகம் செய்துவைப்பதற்காக ஃபெலாஸ்டின் முயன்ற போழ்து அவள், இயல்பாக தன் செல்பேசியை எடுத்துக்கொண்டு நகர்ந்து சென்றுவிடுவாள்.

நிஜ வூடி, என்னிடம் தினமும் இரவுகளில் மாத்திரம் உரையாடுவாள். பகல்களில் அவளால் பேசமுடியாது என்பதை கட்டுப்பாடாக விதித்திருந்தாள். இரவில் செல்லை எடுத்து பேசத் தொடங்கினால் மறுதினத்தை விடியச்செய்த பிற்பாடே தூங்குவோம். ஆனாலும் அவள் எப்போது உறங்குகிறாள் என்பதே தெரியாமல் என்னையும் அவளது இயல்புலகத்தையும் பக்குவமாகச் செலுத்திக் கொண்டிருந்தாள்.

நிஜ வூடியிடம் நான் சொல்லிக்கொண்டிருந்த கற்பனை வூடியுடனான என் பழைய கதை ஒருகட்டத்தில் இறுதியை எட்டியது. கதைப்படி, நான் அந்த வூடியை ஒரு கட்டத்துக்குமேல் சமாளிக்க முடியாமல் அவளது விருந்தழைப்பை ஏற்று அவள் வீட்டுக்குச் செல்கிறேன். யாருமே இல்லாத ஒரு இரவு அது. என் முன் ஆடைகள் அத்தனையையும் களைந்துவிட்டு ஒரே ஒரு சீத்ரூ இரவாடையை மாத்திரம் அணிந்துகொள்கிற வூடி, என் முழங்காலில் தன் தலையை வைத்து, “ப்ரின்ஸ், நான் உன் அடிமை” என்று என்னை வசீகரிக்கிறாள். ஆனாலும் என்னால் அவள் காதலை ஒரு ப்ரார்த்தனையாகக்கூட கருதமுடியாமல் அவளை உதாசீனப் படுத்திவிட்டு நகர்கிறேன். அவளது வற்புறுத்தல் தாளாமல் மது அருந்துகிறேன். போதையின் மிதப்பில் ஒருகட்டத்தில் என்மீது படர முற்படுபவளை நானே என் க்ளவ்ஸ் அணிந்த கரங்களால் கழுத்தை நெறித்து....

அடுத்த தினம், அதிகாலை எழுந்து கொள்கிறேன். என் சிறப்பான குணங்களில் ஒன்று, எத்தனை தள்ளாட்ட போதைக்குப் பின்னாலும் வரக்கூடிய தினத்தின் அதிகாலையில் எழுந்துகொள்வது. அப்படி எழாமல் போயிருந்தால் அன்றைக்கு கைதாயிருக்க வேண்டியவன். எழுந்து பார்க்கையில் வூடி திறந்த கண்களுடன் இறந்துகிடக்கிறாள். நான் சப்தமே இல்லாமல் எழுந்து நடந்து அந்த இடத்தை நீங்கி வந்துவிடுகிறேன். அதன் பிற்பாடும் ஒரு வருடம் அந்த கேஸ் என்னவாகிறது என பார்த்துக்கொண்டே இருக்கிறேன். எந்த துப்பும் இல்லாத எத்தனையோ கேஸ்களில் ஒன்றாக அதுவும் முடங்கிவிடுகிறது.

இதனைச் சொல்லி முடிக்கையில் எனக்குத் தெரியாது, கதையின் முடிவோடு என்னிடமிருந்து ஹூடியும் முடிந்து போகப் போகிறாள் என்பது.

5. விடு. விலகு. வெளியேறு

எனக்கும் ஹூடிக்கும் என்ன சம்பந்தம்? உண்மையில், என் பொய்யான கதைசொல்லும் திறன்மூலமாக தற்கொலைக்கு முயன்றுகொண்டே இருந்த ஒருத்தியின், பொங்கிப் பெருகிய குருதியின் கொதிப்பை என்னாலான மட்டும் ஆற்றுப்படுத்தியிருக்கிறேன். என் பொய்யின் உள் ஆழத்தில் உறைந்திருக்கக்கூடிய குற்றத்தின்மீதான ஈர்ப்பின் மூலமாய், தன் மன அழுத்தத்தில் இருந்து வெளிப்பட்டு என்னால் கொல்லப்பட்ட ஹூடியின்மீது தன் பரிதாபத்தை வெளிப்படுத்தியவளாய் தன் தற்கொலை இச்சையை சமாதானம் செய்துகொண்டாள் ஹூடி. எனக்கு அதுபோதும். இருந்தாலும் எங்களுக்குள் அந்த பத்திருபது தினங்களில் பெயர்வைத்து வெளிச் சொல்லமுடியாத ஒரு உறவு ஏற்பட்டுத் தழைத்ததாகவே கருதினேன். என் வயதில் மூன்றில் ஒரு பங்குதான் ஹூடிக்கு. அவளை என்னால் விரும்பவா முடியும்? விரும்பினாலும் வேறென்ன முடியும்? என் உடல் வலு மற்றும் செக்ஸ் இச்சைகள் தீர்ந்து பலகாலம் ஆனபின் பகுதி வாழ்க்கையில் இப்படி ஒருத்தியை சந்திப்பதால் என்ன பயன்? இன்னும் சொல்லப் போனால், நான் ஹூடியை ஒரு தடவைகூட சந்தித்ததே இல்லை. அவளது குரல் மாத்திரம் எனக்குக் கேட்க வாய்த்ததே ஒழிய, அவள் உண்மையில் அழகியா என்பதே எனக்குத் தெரியாத ரகசியத்தின் ஒரு பகுதிதான்.

ஆனாலும் ஹூடி என்னை விரும்பிக் கொண்டிருக்கிறாள் என்று நானாகவே எனக்குள் சின்னதோர் செடியை நட்டு வளர்த்தேனோ தெரியாது. சடக்கென்று கதையை நான் முடித்த அடுத்த தினத்திலிருந்தே ஹூடி என்னிடமிருந்து விலக ஆரம்பித்தாள். நான் பார்க்காத மனித மனங்களா? ஹ... சின்னப்பெண், எத்தனை புத்திசாலித்தனமாக நடந்து

கொண்டாலும் ஒரு ஆடவன் ஒரு பெண்ணைக் கைவிடுகையில் கிரிமினல் தன்மையின் உச்சத்தில் இருந்து செயல்படுவான். ஆனால் ஒரு பெண் ஒரு ஆடவனிடமிருந்து விலகும்போது அல்லது விலக முயலும்போது பலமுறை பிடிபடுவாள். ஆனால் முழுவதுமாக விலகிவிட்டபின் ஒரு பெண்ணை என்ன செய்தாலும் ஆடவனால் நெருங்கக்கூட முடியாது.

வூடி காரணங்களை அடுக்கினாள். எனக்குள் இருந்த இரட்டை மனநிலை என்னை குற்றம் சாட்டிக்கொண்டே இருந்தது. நானும் கொஞ்சம் விட்டுப்பிடிப்போம் என்று நகர்ந்தேன். அடுத்து வந்த சில தினங்களில் வூடியிடமிருந்து கால் எதுவுமே வரவில்லை. என் குறுஞ்செய்திகளை அவள் பார்த்ததாகவே தெரியவில்லை. அடுத்த ஒரு தினம் 'ஐம் சாரி' என்றோர் மெசேஜ் வந்தது. அவளது எண் அதற்குப்பின் முற்றிலுமாக அணைக்கப்பட்டது.

அடி முட்டாளே! என்று திட்டினேன். பெட்டை நாயே! என்று கத்தினேன். என்னைக் கடந்துசென்ற ஜாவலீனா, செல்பேசியை முறைத்தபடி திட்டிக் கத்திக்கொண்டிருந்த என்னை கேலியாகப் பார்த்தபடி கடந்துசென்றாள். எனக்கு இன்னமும் ஆத்திரம் பெருகிற்று.

அடுத்து வந்த ஒரு பதினைந்து தினங்கள், என் ஏஜன்சி மூளையைப் பயன்படுத்தி எப்படியாவது வூடியைக் கண்டுபிடித்தாக வேண்டும் என்று வெறியானேன். நான் எந்தத் திசையில் நகர்ந்தாலும் அத்தனை அழகாக அந்தத் திசையை துண்டித்துவைத்திருந்தாள் வூடி. விலாசம் இல்லை, ஃபோன் நம்பர் செத்துவிட்டது. ஈ மெய்ல் இத்யாதிகள் அழிக்கப்பட்டுவிட்டன. நேரில் பார்த்ததில்லை. வெறும் குரலும் பத்து இலக்க எண்ணும் கொண்ட ஒருத்தியை அந்த மெசையாவாலேயே தேடித் தரமுடியாது. நான் ஒருகட்டத்தில் சோர்ந்தேன்.

ஃபெலாஸ்டினுடன் அதிக நேரத்தைச் செலவழிக்க ஆரம்பித்தேன். எனக்கு வழங்கப்பட்ட கவுன்ஸலிங் கால்களை முறையாக அணுக ஆரம்பித்தேன். என் நிறுவனத்தில்

ஆத்மார்த்தி ⬥ 105

மாத்திரமல்லாது மிஷினரி முழுவதும் ஸாம் பிரதர் என்ற பெயர் புகழடைய ஆரம்பித்தது. வூடிக்குப் பிற்பாடு எனக்கு வழங்கப்பட்ட கவுன்ஸலிங் கால்கள் அனைத்திலும் ஆண், பெண் பேதமின்றி என் பெயரை 'பிரதர் ஸாம்' என்றே சொல்லத் தொடங்கினேன். போதும். ஒரு அனுபவம் இல்லையா? அதுவும் என்ன மனக்குழப்பமோ அந்த ஏரியாவிலேயே எனக்குத் தெரிந்த சொற்களைக் கொண்டு தீவிரமாக எந்த விதமான விகல்பமும் இல்லாமல் நான் வழங்கிய மனஆறுதல் நன்றாகவே பலனளிக்கத் தொடங்கியது. அதுவும் இஸபெல்லா என்ற ஒருத்தி, கணவனை கண்மூடித்தனமாக நேசிக்கிறவள். அதன் ஒரு உச்சிமுனையில் அவன்மீதான வெறுப்பாகத் தன் காதலை மாற்றிக் கொண்டுவிட்டவள். அவனை தன்னாலான அளவுக்கு அவமானப் படுத்துவதை ஒரு பழக்கமாக்கிக் கொண்டிருக்கிறாள். அவனோ சமர்த்தன். மனையாளின் மனக் குழப்பத்தை எப்படியோ யூகித்தவன் கடவுள் பொறுமையுடன் அவளை தாங்கிப்பிடிப்பதைத் தவிர வேறெதையும் செய்யவில்லை. ஒருகட்டத்தில், அவளுக்குத் தன்மீதே வெறுப்பு திரும்பிவிட்டிருக்கிறது. அதற்கப்பால் ஒருமுறை, இரண்டு முறை அல்ல; அவள் பதினாறு முறைகள் தற்கொலைக்கு முயன்றிருக்கிறாள். இந்தக் கேஸ் என்னிடம் வந்தபிறகு மொத்தம் ஏழே உரையாடல்கள். அதுவும் பன்னிரெண்டு தினங்களில் அவளை குணமாக்கி மறுபடி இயல்பான வாழ்க்கைக்குத் திருப்பி அனுப்பமுடிந்தது. இதனை நான் லேசாகத்தான் எடுத்துக் கொண்டேன். ரோமிலிருந்து மிஷனரி ஹெட் எனக்கு மெயில் அனுப்பியிருந்தார். அப்படி, அவர் இதுவரை கடந்த பதினைந்து வருடங்களில் இரண்டே பேர்களுக்குத்தான் மெயில் அனுப்பி பாராட்டியிருக்கிறார் என்பது தெரிந்தபோது எனக்கே என்மீது கொஞ்சம் பிடிப்பு வந்தது. ஒரு வேலையாகப் பார்க்கவே இயலாத ஒன்றை, வேலையாகக் கொண்ட எனக்கு இப்போது சொல்லில் வராத நிம்மதி ஏற்பட்டிருந்தது.

ஃபெலாஸ்டினின் மகிழ்விடுதி எனக்கு அலுத்துவிட்டிருந்தது. கூட்டமும் கும்பலுமாய் அரைகுறை ஆடைகளுடன் உடல்களின் பெருமளவை காட்டிக்கொண்டு, யார் எதிர்ப்பட்டாலும்

எரிச்சலாகத் தொடங்கினேன். இன்னொன்று, ஜாவெலினாவின் அறையிலிருந்து சமீபநாட்களில் பெருத்த சப்தத்தோடு ஜாஸ் இசை வழியத் தொடங்கி இருந்தது. அவளிடம் யார் ஆட்சேபிப்பது? இல்லாத தேசத்தின் இருபதாவது ராணி அவள். கண்தெரியாத செல்வந்தனின் கணக்குப்பிள்ளை நாணயத்தையா திருடுவான்? எத்தனை நோட்டுகளை உருவினாலும் தெரியவா போகிறது என்றுதானே இறுமாப்படைவான்?அந்த மகிழ்விடுதியின் அதிகாரங்கள் அனைத்தையும் தனக்காகவே உருவாக்கிக் கொள்பவளாகத்தான் ஜாவலீனா இருந்தாள். இந்த லட்சணத்தில், ஃபெலாஸ்டின் ஒரு கொழுத்த பன்றியைப்போல் திரிபவன். அவள்முன் அட்டைப் பூச்சியின் ரத்தவேட்கை பூர்த்திக்கணம்போல் சர்வாங்கமும் ஒடுங்கிப் பம்முகிறான். இதெல்லாம் ஒரு பிழைப்பு. எனக்கு அவன்மீதும் சொல்லொண்ணா கோபம் வந்தது.

எப்படியாவது, என் வசிப்பிடத்தை மாற்றிக்கொள்கிற முடிவின் சாவியைத் திறக்க விரும்பினேன். அடுத்துவந்த தினங்களில் என் தலைமையகத்துக்கு மெயில் அனுப்பி, நான் வசிப்பதற்கான ஏற்பாட்டை பார்க்க வலியுறுத்தினேன். அங்கிருந்து உடனே ஆதரவான பதில் வந்தது. மெல்ல என் அறையில் இருந்த பொருட்களில் எனக்குச் சொந்தமானவற்றை எல்லாம் பொட்டலங்களாக்கத் தொடங்கினேன். இங்கே பிரச்சினை என்னவென்றால் ஒரு சிகரட் பிடிக்கக்கூட தற்போதெல்லாம் காட்டுப்பன்றி ஃபெலாஸ்டின் என் அறைக்குள் ஓடி ஓடி வந்துவிடுகிறதுதான். அவனை எப்படி என்னால் வெளியேறப் பணிக்க முடியும்? அவனறியாமல் என்னால் பெரிய பார்ஸல்களாக என் பொருட்களைக் கட்டிவைக்கவும் முடியாது. அதற்காக திடீரென்று இடம் கிடைத்தவுடன் எல்லாவற்றையும் அள்ளிப்போட்டுக் கிளம்பினால், சென்றடைகிற இடத்தில் ஒரு வாரமாவது தலைவலிக்கும். அதனால்தான் சின்னச்சின்ன பைகள். அவன் அறிந்துவிடாமல் என் அடுத்த நகர்தலுக்கான வேலைகளைக் கவனிக்க ஆரம்பித்தேன்.

திடீரென்று ஒரு நாள், ஸ்டான்லி என்ற ஒருவன் முதல் நாள் வரை என்னிடம் அடிக்கடி பேசிக் கொண்டிருந்தவன், திடீரென்று அதிகாலை தன் கழுத்தைத் தானே அறுத்துக்கொண்டு மரித்துவிட்டான் என்ற சேதி வந்தது. எனக்குத் தெரிய நெருக்கபரிச்சயத்தில் முதல் மரணம். மெர்ஸியின் மரணத்துக்கு அடுத்து என்னை உலுக்கியது என்றே சொல்லமுடியும். அன்றைய இரவு அதிகம் அழுதேன். எனக்கு அவனுடன் முந்தைய தினங்களில் பேசிய சொற்களின் அபத்தம் தாங்கவொண்ணாத துயரமாக என்னை என்னென்னவோ செய்தது. அளவுக்கதிகமாகக் குடிப்பது ஒன்றுதான் தூங்குவதற்கான ஒரேவழி என்று எல்லை தாண்டினேன். அன்றைக்கு இரவு மிக சப்தமாக எல்லோருடைய இருப்பையும், குலைத்தே சிதைக்கும் வெறிநாயின் கோர சப்தம்போல் ஜாவெலினாவின் அறையிலிருந்து திடீரென்று தொடங்கிய பேரிரைச்சல் சித்ரவதை செய்தது. என்னால் பொறுத்துக்கொள்ள முடியவில்லை. என் தப்பான காலடிகளால் எப்படியோ ஜாவெலினாவின் அறை வாசலில் நின்றுகொண்டு அழைப்புமணியை விடாமல் அழுத்தினேன். சின்ன துவாரம் வழியாக என்னைப் பார்த்துவிட்டவள் உள்ளே சென்று இரண்டு காரியங்களைச் செய்தாள். ஒன்று, அழைப்புமணியின் சப்தமிடலை உள்ளிருந்தபடியே அமர்த்திவிட்டாள். இரண்டாவது காரியம், என்னை வெறியேற்றவே செய்தாள். தன் ம்யூசிக் ப்ளேயரின் ஒலியை இன்னும் அதிகரித்தாள்.

எனக்குள் சைத்தான் குடியேறினான். தாங்கமுடியாத சப்தத்தை விட எனக்கு மீண்டுமீண்டும் தரப்படும் அவமானத்தை சகிக்க முடியவில்லை. நான் வெளியே சென்று பெரிய கல் ஒன்றை எடுத்து அவள் படுக்கை அறைக்கு நேரே இருந்த கண்ணாடிச் சன்னலை நோக்கிக் குறிவைத்து எறிந்தேன்.

'சிலீர்' என்ற சப்தத்தோடு சன்னல் கண்ணாடி நொறுங்கிற்று. அவள் அதனை சட்டை செய்யாமல் இன்னமும் ஆடிக் கொண்டிருந்தாள். உடலில் உள்ளாடைகள் ஏதுமின்றி வளைவு நெளிவுகளோடு வெளியே தெரியுவண்ணம் சீத்ரூ

மேலாடையை மட்டும் அணிந்திருந்தாள். அழகிய மேனி என்ற அர்த்தத்தில் எனக்கு அது தோற்றம் தரவில்லை. என் வெறுப்பின் மானுட உருவம் அங்கே நடனமாடுவதாகவே உணர்ந்தேன். அடுத்த கல்லை எடுத்தவன் யோசனைக்கு அப்பால் அதனை எங்கேயோ போட்டுவிட்டு என் அறைக்குத் திரும்பி விட்டேன்.

6. கூண்டைத் திற. வானில் பற.

மறுநாள் நான் விழிக்கையில் தொங்கிய முகத்தோடு ஃபெலாஸ்டின் அமர்ந்திருந்தான். அவன் கையில் சிகரட் புகைந்துகொண்டிருந்தது. நான் எந்தக் கவலையுமின்றி பல் துலக்கிவிட்டு எனக்காகக் காத்திருந்த காஃபியை ஃப்ளாஸ்கிலிருந்து கோப்பைக்கு மாற்றிக்கொண்டு அவன் முன் அமர்ந்தேன்.

அவன் எதையோ சொல்ல முற்பட்டான்.

"இன்னும் இரண்டு தினங்களில் இங்கேயிருந்து வெளியேறிவிடப் போகிறேன் ஃபெலாஸ்டின்" என்றேன். அவன் கேட்பதற்காகத் தயாரித்திருந்த அத்தனை வினாக்களின் தொண்டைக்குழிகளையும் என் முன்கூட்டிய பதில் அறுத்தெறிந்ததை அவன் முகபாவத்திலிருந்து உணர்ந்தேன். தன் உணர்ச்சிகளை அவசரமாக மறைத்துக்கொள்ள முயன்றவன், ஓட்டைப்பையிலிருந்து வெவ்வேறு திசைகளில் சிதறும் நாணயங்களைக் காப்பாற்ற வழியில்லாத யாசகனைப்போலத் தெரிந்தான். நான் அவனிடம், என் கோபங்களனைத்தையும் மறைத்துக் கொண்டு "நீ என்ன பேசவேண்டும் என்று காத்திருக்கிறாய் நண்பா" என்று வினவினேன்

"இல்லை சாம். நேற்றிரவு யாரோ ஜாவலீனாவின் அறைக்கதவைத் தட்டி சன்னலை கல் கொண்டு உடைத்திருக்கிறார்கள். நீ இரவு நேரங்களில் சிலசமயம் நடைப்பயிற்சி செய்வாய் அல்லவா? அதனால்தான் உனக்கு யாரேனும் தென்பட்டார்களா" எனக் கேட்பதற்காக அவன் அந்தக் கேள்வியைத் தயாரித்துக்கொண்டே பேசினான்.

"அது நான்தான் ஃபெலாஸ்டின்" என்றவாறே, குளியலறைக்குள் நுழைந்தேன். மறுபடி வெளியேவந்தவன் "ஃபெலாஸ்டின்... என் அனுபவத்தோடு விளையாடும் அளவுக்கு நீ சமர்த்தனல்ல. உடைத்தது நான்தான் என்று உனக்கும் அவளுக்கும் தெரியும் என்பதையும் நானறிவேன். நீ கிளம்பு. உன் பிரச்சினைகள் இத்தோடு முடிந்தன. இனி ஒரு இரவுகூட நானிங்கு தங்கப்போவதில்லை" என்றேன்.

பதிலேதும் இல்லாமல் தன் தளர்ந்த நடையோடு என் அறையிலிருந்து நீங்கினான் ஃபெலாஸ்டின்.

அவன் சென்ற திசையைப் பார்த்து "ஸாரி நண்பனே" என்று முனகினேன்.

நான் செய்கிற பணிக்கான கூலியை நான் சார்ந்திருக்கும் நிறுவனம் எனக்கு வழங்குகிறது. ஓட்டலில் செர்வருக்குக் கிடைக்கும் சம்பளம் போல என்று வைத்துக்கொள்ளுங்கள். தற்கொலை எண்ணத்திலிருந்து நிசமாகவே மீண்டவர்கள் தங்களை மடைமாற்றியதற்கான அன்பளிப்பாக எதாவது விலை உயர்ந்த பொருட்களை அல்லது சிறு சிறு கவுரவமான தொகையை அனுப்பிவைப்பார்கள். இருபுறத்திலும் என் பெயர் அவர்களுக்கோ, அவர்கள் பெயர் எனக்கோ தெரியாதென்பதால் எல்லாமே நிறுவனத்தின்மூலமாகவே நடக்கும். அன்றைக்கு காலை ஃபெலாஸ்டினிடம் என் வசிப்பிட மாற்றம்பற்றி பேசிவிட்டு தளர்வாகக் கிளம்பி வெளியே சென்றேன். நான் ஏற்பாடு செய்த பேக்கர்ஸ் அண்ட் மூவர்ஸ் அன்றைக்கு இரவுதான் வரமுடியுமென்று திட்டவட்டமாகச் சொல்லிவிடவே இன்னும் சலிப்போடு திரும்பினேன். கூரியர் பார்ஸல் ஒன்று எனக்காகக் காத்திருந்ததை வாங்கிக்கொண்டு அந்த மதியத்திற்கான என் லன்ச் பாக்கெட்டையும் கவர்ந்தபடி அறைக்குத் திரும்பினேன்.

யாரோ, எனக்காக எதையோ அனுப்பியிருக்கிறார்கள் என்கிற எண்ணமே எனக்குள் எதையோ கிளர்த்திற்று. உண்மையாகவே, எதற்காகவும் காத்திருக்கத் தேவையற்ற இந்த வாழ்க்கையில் எப்போதாவது நிகழ்ந்துவிடுகிற இதுபோன்ற சின்ன துகளின்மீதுதான் கவனம் குவிகிறது. அன்றைக்கொரு கனவு மெர்ஸியும் நானும் தந்துபெற்ற ஒரு நீண்ட முத்தத்தின்

மீள்வருகையாக அமைந்தது. அந்தக் கனவைத்தவிர கடந்த மாதங்களில் எதுவும் வித்தியாசமாக நடக்காத இந்த வாழ்க்கையில், நானே யாருடைய சக்கையாகவோ மாறிக்கொண்டிருப்பதாக சுயத்தின்மீதான அறுவெறுப்பு அதிகரித்துக் கொண்டே போனது. இடையிலொரு பரிசு.

அந்தப் பார்ஸலை திறப்பதற்கு அவசரமேதும் காட்டாமல் டீவி.யில் ஏதோ ஒரு டாக் ஷோவை வைத்துக்கொண்டு லன்ச்சை சாப்பிட்டு முடித்தேன். சின்னதாய் இரண்டு விரற்கடை அளவு வோட்காவை அருந்தினபடியே ஒரு சிகரட் பிடித்தேன். இவ்வளவுக்கும் அப்புறம் பார்ஸலை பிரித்தேன். ஒரு கறுப்புக்கலர் "ப்லாங்க்பெய்ன் லெமான் டபுள்டைம்" வாட்ச். விஸிலடித்தேன். எப்படியும் பதினெட்டாயிரம் டாலர்கள் இருக்கும். என் கனவிலும் இந்தத் தொகையை இப்படியான வாட்ச்சுக்கு செலவழிக்கவேமாட்டேன் என்றாலும் அந்த வாட்ச்சின் வருகை என்னை ஒரு கனவானாக உணரச்செய்ததென்னவோ உண்மை.

என் சர்வீஸுக்கான சின்னப்பரிசாக வூடி எனக்கு அனுப்பியிருந்த பரிசு அது என்று தெரிந்ததும் ஆர்ப்பரித்து முடிந்த கடலலைகளில் ஒன்றைப்போல் அமைதியாக உணர்ந்தேன்.

நம்பமாட்டீர்கள். அந்த வாட்ச்சுக்கு ஏற்றாற்போல் எந்த ஆடையை உடுத்திக்கொள்வதென்று என் அத்தனை ஆடைகளையும் கலைத்து ஒரு டார்க் மெரூன் கோட் ஸ்யூட்டை அணிந்தேன். நான் கனவான்தான்.

படிகளில் இறங்கத் தலைப்பட்டபோது, பாக்கர்ஸ் மூவர்ஸ் கம்பெனி ஆட்கள் மூவர் வந்தார்கள். என் பொருட்கள் அனைத்தையும் வண்டியிலேற்றி அனுப்பினேன். என் அறையில் இப்போது நான் மாத்திரம் இருந்தேன். ஃபிளாஸ்டினின் பொருட்கள் அப்படியே இருந்தாலும் என்னை சின்னதொரு வெறுமை அழுத்திற்று.

இந்த இரவு, இனி இங்கே இல்லை என்ற உணர்வு, ஜாவலீனா என்னும் ஒரு பாம்பிடமிருந்து எதிரோடுவதன் சந்தோஷத்தை எனக்குள் ததும்பச்செய்தது. ஒரு இடத்தைப்

பிரிகிற வருத்தம் கொஞ்சமும் இல்லை எனக்குள். திடீரென்று ஜாவலீனாவைச் சென்று பார்த்தால் என்ன எனத் தோன்றிற்று.

என் வாழ்க்கையின் அத்தனை இடது வலது திருப்பங்களையும் நான் தீர்மானிப்பதில்லை. மேலும் என்ன வந்தாலும் என்னால் தாங்கிக்கொள்ள முடியும் என்பதை எனக்கு மாத்திரமேயான ஆட்டம்போன்ற இந்த வாழ்வில், எத்தனையோ சரிவுகளில் துக்கங்களில் விரும்பாத ஒவ்வாத நிகழ்வுகளின்போதெல்லாம் மெய்ப்பித்திருக்கிறேன். இருந்தாலும் ஏன், அப்படித் தோன்றியது என்று எனக்கு நானே வெட்கப்படும் அளவுக்கு, என்னை நானே வெறுக்கும் அளவுக்கு அந்தக் கணத்தின் முதுகில் பயணிக்கிறேன் என்பதறியாமல் ஜாவலீனாவின் அறையை நோக்கி நடந்தேன்.

அவள் அறை வழக்கம்போல மூடியிருந்தது. சன்னல்வழியாக என்னால் பார்க்க முடிந்தது. இன்னமும் அந்த ஓட்டையை சரிசெய்யவில்லை. இன்றைக்கு தச்சுவேலை பார்ப்பவன் ஊரிலில்லை என்பதால் அவனுடைய வருகைக்காகக் காத்திருந்ததுபோலும். அந்த ஓட்டைவழியாக என் முகத்தை பொருத்திக்கொண்டு உள்ளே பார்த்தேன்.

கட்டிலில் ஒருவன் படுத்திருக்க, அவன்மீது ஜாவலீனா அமர்ந்திருந்தாள். இதுவரை ஆடைகளினுள்ளே நான் கற்பனை மாத்திரம் செய்துகொண்டிருந்த அவளது மார்புகள் என் பார்வைக்கெட்டும் தூரத்தில் மினுங்கின. அவனும் அவளும் சல்லாபிப்பதை நான் பார்த்துக்கொண்டிருப்பது கலந்துகட்டியான உணர்வை எனக்குள் நேர்த்தியது. ஒருபக்கம் ‘உடனே கிளம்பு’ என்ற மனசு. இன்னொரு பக்கம், ஜாவெலீனாவின் அழகில் தடுமாறிக் கொண்டிருந்தது.

எதோ ஒரு உந்துசக்தியுடன் நிமிர்ந்தவள், ஓட்டையில் காணக் கிடைத்த என் முகத்தைப் பார்த்து வீறிட்டுக் கத்தினாள்.

நான் என்னாலான வேகநடைகளில் சடாரென்று இடப்புற மரக்கதவைத் திறந்துகொண்டு அவசரவழிமூலமாக கிச்சனின் பின்புறமிருக்கும் டாய்லெட்டினுள் பதுங்கிக் கொண்டேன்.

அந்த நேரத்திலும் என்னை வழிநடத்தியது சாட்சாத் அந்த சைத்தான் தான். இல்லாவிட்டால் அப்படி இப்படித் திரும்பி மிகச்சரியான ஓரிடத்தில் வந்து பதுங்குவேனா. வெளியே ஜாவெலீனாவின் களேபரங்கள் எல்லாம் முடிவடைந்ததை யூகித்து ஒரு பதினைந்து நிமிடங்கள் கழித்து கிச்சன்வழியாக ரெஸ்டாரெண்டினுள் சென்று வாசல்வழியாக எதுவும் தெரியாதவனாய் ஃபெலாஸ்டினின் அறைக்குள் நுழைந்தேன்.

தலையில் கை வைத்து அமர்ந்திருந்தான் ஃபெலாஸ்டின்.

என்ன எனக் கேட்டேன். முதலில் என் வருகையே அவனுக்கு புதிராக இருந்திருக்கும். எதிரே இப்போது ஒரு ஓவர் கோட்டணிந்தபடி நகத்தைக் கடித்துக்கொண்டிருந்த ஜாவலீனா என்னைப் பார்த்த பார்வையில் சத்தியமாய் சினேகம் இல்லை.

அவளுக்குப் பின்னால் அமர்ந்திருந்த அவன்தான் அவளோடு சல்லாபித்துக் கொண்டிருந்தவனாக இருக்கக்கூடும். விருந்தொன்றின் நடுவே நாய் கடித்தவனைப்போல ஜிவ்வென்று சிவந்திருந்தான்.

“நீ எங்கே சென்றிருந்தாய்” எனக் கேட்டான் ஃபெலாஸ்டின்.

“பாக்கர்ஸ் மூவர்ஸ் பசங்கள் என் சகல பொருட்களையும் கொண்டு செல்கிறார்கள். அவர்களை அனுப்பிவிட்டு வருகிறேன். என்ன ஆயிற்று?” எனக் கேட்டேன்.

அவர்களது ஒரே எதிரியும் சந்தேகமுமான நான், அந்த ஸ்தலத்திலேயே இல்லை எனத் தெரிந்துகொண்ட ஃபெலாஸ்டின் மேலும் நான் அன்றைய தினம் அங்கே இருந்து கிளம்புகிறேன் என்பதையும் எனக்கு சாதகமாக்கிக்கொண்டு, இங்கே பார் ஜாவலீனா டியர்...யாராவது கெஸ்ட்தான் அப்படியான செயலை செய்திருக்க வேண்டும். இது உன் ஆட்சி நடக்கிற இடம். யாருக்கும் அப்படி தைரியம் வராதல்லவா? உன்னை யாரென்றே அறியாதவனின் கண்களாகத் தான் இருக்க வேண்டும். நீ தயவு செய். கொஞ்சம் பொறு. உடனே தச்சனை வரச்செய்து அவன் பேசிக்கொண்டிருக்கும் போதே எழுந்து நடக்க ஆரம்பித்திருந்தாள் ஜாவலீனா. அவளது முதுகையே வெறித்துவிட்டு,

“பிட்ச்” என்று முனகியவன், “நீ கிளம்புகிறாயா நண்பா… அடிக்கடி வந்து போய்க்கொண்டிரு” என்றான் ஃபெலாஸ்டின்.

“இல்லை ஃபெலாஸ்டின். என் வருகையை இனி எப்போதும் நீ விரும்பப் போவதில்லை” என்று புன்னகைத்தவாறே அவனிடம் கரங்குலுக்கினேன். என் புதிய ப்லாங்க்பெய்னை அவனிடம் காட்டிக் கொள்ள ஆசைப்பட்டு வேண்டாமென்று முடிவெடுத்தேன். டாக் டாக்கென்று வெளியேறி எனக்காகக் காத்திருந்த டாக்ஸியில் ஏறிக் கிளம்பினேன். என் மூடிய கண்களுக்குள் அணியாத மார்புகளைக் கைகளால் குறுக்கே பொத்தியபடி கெஞ்சிக்கொண்டிருந்தாள் ஜாவலீனா. எனக்குள் எதுவோ போதும் என்று தோன்றியது.

7. ஒரு இவள் ஒரு அவள்

மறுநாள் காலை மணி பார்த்தேன். எழுந்துவிட்டேனா என்ன? யாரோ நாலைந்து முறை அழைத்திருந்தார்கள். புதிய நம்பர். நேரடியாக தற்கொலை முயல்வோர்கள் என்னை அழைக்க முடியாது. வேறு அறியாதவர்களுக்கு என் நம்பரே தெரியாமல் அழைப்பது சாத்தியமா? எடுத்து திரும்ப அழைத்தேன்.

“ஹெல்லோ, ஐம் மார்ட்டின். க்வாக்கர்ஸ் போலீஸ் பதினைந்து ஆண்டுகளுக்கு முன்னால் ஒரு கேஸில் நீங்களும் நானும் இணைந்து பணியாற்றினோம். என்னை நினைவில் இருக்கிறதா உங்களுக்கு” என்ற குரலை என் ஞாபகமடிப்புகளுக்குள் தேடினேன்.

“யெஸ். மிஸ்டர் மார்ட்டின். என் நினைவு சரியென்றால் மிகவும் ப்ரவ்ன் கண்களுடன் தலைமுடியை முன்புறம் லேசாக சுழித்திருப்பீர்கள். சரிதானே?” என்றேன்.

“ஹஹா… இத்தனை வருடங்களில் அந்தக் கண்கள் அப்படியே இருக்கின்றன. பட் தலையின் முன்புறம் பெரிய வழுக்கை. இதைச் சொல்லும்போது சிரித்தார்

“சொல்லுங்க மார்ட்டின்…”

"ஒரு காஃபி அருந்திக்கொண்டே பேசலாம். அஃபீஷியலாக ஒரு விசாரணை. நேற்றிரவு அல்லது இன்றைய அதிகாலை ஃபெலாஸ்டினின் மகிழ்விடுதியில் ஜீ.எம்.மாக பணியாற்றிய ஜாவலீனா என்பவள் கொல்லப்பட்டிருக்கிறாள். அதுகுறித்து சில தகவல்களைப் பெறவேண்டும்."

அவன் சாதாரண குரலில் சொல்லிக்கொண்டுபோக, என் சர்வீஸில் முதல் தடவையாக அதிர்ந்தேன். இன்னொருமுறை விம்மிய அவளது மார்புகள் வந்துபோயின என் கண்களின்முன்னே. "ரிசப்ஷனுக்கு வாருங்கள்" என்றேன் உயிரற்ற குரலில். மார்ட்டின் எனக்குத் தெரிந்த ஒருவனின் கலைந்த பிரதியாகக் காத்திருந்தான். பரஸ்பர விசாரிப்புகளுக்கு அப்பால் தவிப்பை அடக்கமாட்டாமல் "என்ன நடந்தது மார்ட்டின்?" என்றேன்.

"நேற்றைய இரவு வெகுநேரம் சப்தமாகப் பாடல்களை ஒலிக்கச் செய்திருக்கிறாள். காலையில் வெகுநேரமாக கதவு திறக்கப்படவில்லை. அவளது படுக்கையறை சன்னல் அதிருஷ்டவசமாக கண்ணாடி உடைந்திருந்ததாமே! அதன்வழியாகப் பார்த்தபோது கழுத்து நெறிபட்டு, கோரமாய் நாக்கு வெளித்தள்ளி இறந்துகிடந்திருக்கிறாள். உடனே போலீஸூக்கு தகவல் வரவே நாங்கள் சென்று பிணத்தைப் பற்றினோம்."

"சொல்லுங்க" என்றேன்.

"அதில்லை ஸாம்... உங்கள் உதவி எனக்குத் தேவைப்படுவது வேறு விஷயத்தில். நீங்கள் மிஷனரியில் வேலைபார்க்கிறீர்களா?"

"ஆம்" என்றேன், மௌனமாக.

"கடைசியாக யாருக்கு கவுன்ஸலிங் தந்தீர்கள்?"

"ஸ்டான்லி என்ற ஒருவன் தற்கொலை செய்துகொண்டான்" என்றேன்.

"அவனில்லை. வூடி என்பவளுக்கு நீங்கள் கவுன்ஸலிங் தந்தீர்களா?

“ஆமாம். அவள் நல்லமுறையில் தன் வாழ்க்கைக்குள் திரும்பி விட்டாள். முதல்தரமான இசைப்ரியை அவள். நல்ல நல்ல பாடல்களை கேட்கச் சொன்னேன். இன்னேரம் சந்தோஷமாக இருப்பாள்” என்றேன்

சோகையாய் புன்னகைத்தபடியே மார்ட்டின் என்னிடம் சொன்னார்:

“ஸாரி ஸாம்... அருகருகே ரூம்களில் வசித்த நீங்கள் இருவரும் யாரென்றறியமலேயே அன்பாக இருந்திருக்கிறீர்கள். ஜாவலீனாதான் வூடி என்ற புனைப்பெயரில் உங்களிடம் மனங்கழுவ வந்தவள்.”

எனக்குள் உலகங்கள் அழிந்தன.

தலையை பிடித்துக்கொண்டேன்.

“அவளை சேமப்படுத்த வந்த மீட்பராகவே உங்களைப் பற்றி எழுதி இருக்கிறாள் தனது டைரியில். உங்கள் வருகைக்குப் பின்னால்தான், தன் வாழ்க்கையின் அவிந்த விளக்குள மீவொளி தந்ததாகச் சொல்கிறாள். பேசிக்கொண்டே என் கோட்டை விலக்கி இந்த வாட்ச்சுக்கான பில் அவளது வார்ட்ரோபில் இருந்தது. அடுத்த முறை உங்களுக்கு ஒரு சன் கிளாஸூம் உயர்தர ஸ்காட்ச்சும் அனுப்பவேண்டும் என்று குறித்து வைத்திருக்கிறாள். பாவி இறந்துவிட்டாள். அவளோடு கடைசியாகத் தங்கிய ஒருவனை அரெஸ்ட் செய்திருக்கிறோம். பட் வீ நீட் வேர்ட்ஸ். அவன் பேசவில்லை இன்னும். பார்க்கலாம். உங்களுக்கும் அவளுக்குமான பந்தத்தை ஒரு ஸ்டேட்மெண்டாக்கித் தாருங்கள். இந்த கேஸில் உங்களது இணைதல் ஒருவகையில் பொலீஸூக்கு உதவிகரமானதாக இருக்கும். ப்ளீஸ்...”

எழுந்து என் கைகளைக் குலுக்கினான்.

ஃபெலாஸ்டின் உடைந்துபோயிருக்கிறார். “யாராலும் அடக்க முடியாத சண்டிக்குதிரையை வழிக்குக் கொண்டுவந்தவர் நீங்கள் என்பதை அறிந்து நெகிழ்ந்துவிட்டார்” என்றவாறே, “ப்ளீஸ்” என்று இன்னொருதடவை சொல்லிவிட்டு நகர்ந்தான்.

நான், அவளை எத்தனை வெறுத்திருக்கிறேன்

என்பதை சொல்லத் துடித்த வார்த்தைகளை எனக்குள் அழுத்திக்கொண்டபடி 'ஜாவலீனாதான் வூடியா' என்றேன் மறுபடி.

"இந்த வாழ்க்கை இன்னொரு அதிர்ச்சியை உங்களுக்குத் தராதிருக்க கர்த்தரை வேண்டுகிறேன்" என்றபடி மார்ட்டின் கிளம்பினான். என் மணிக்கட்டில் இருந்த வாட்ச்சையே வெறித்துப் பார்த்துக் கொண்டிருந்தேன்.

8. மடை மாறும் நதி

இரவு இத்தனை கொடியதா? ஒருத்தியை அருகாமையில் கிடைக்கிற அத்தனை சந்தர்ப்பங்களிலும் வெறுத்திருக்கிறேன். அதே அவளுடைய குரலுக்காக ஏங்கியிருந்திருக்கிறேன். ஒருத்தியை சாகவேண்டுமென்று சதா சபித்திருக்கிறேன். அதே அவளது நல்வாழ்க்கைக்காகப் பிரார்த்தித்தும் இருக்கிறேன். ஒருத்தி என் எதிரில் வந்தாலே கசந்திருக்கிறேன். அதே அவள், என் எதிரில் வரமாட்டாளா என்று ஏங்கியிருக்கிறேன். ஒருத்தியின் வாழ்க்கையின் முகந்தெரியாத தேவனாகவும் நன்கறிந்த சாத்தானாகவும் நானே இருந்திருக்கிறேன். எங்கள் இருவருக்குமே எங்களைத் தெரியும். எங்களிருவருக்குமே எங்களைத் தெரியாது.

என் வாழ்க்கையின் பெரிய அழுகையை நெடுநேரம் அழுதபடி இருந்தேன். ஜாவலீனாவின் கால்களை பற்றிக்கொண்டு அழவேண்டியது என்று உணர்ந்துகொண்டேன். என்னால் திரும்ப அடையமுடியாத ஏதோ ஒன்றை தொலைத்தவனாகத் தளர்ந்தேன். இந்த துக்கம் இதுவரையிலான துக்கங்கள் அனைத்தையும் அழித்துத் தானே பெரிதென்று நிரூபித்தபடிவரும் என்று யூகித்ததுகூட இல்லை. ஆனால் அது நிகழ்ந்துகொண்டிருக்கிறது. இன்னும் எப்படி உயிரோடு இருக்கிறேன் என்று என்னை நானே வெறுத்தேன்.

வூடியின் கபடமற்ற அன்பையும் என்னிடம் அவள் விஸ்வாசித்து ஒப்புக்கொடுத்த அத்தனை ரகசியங்களையும்

எனக்குள் தொடர்ந்து ஒலிக்கிற சொற்களாக மாற்றிக் கொண்டேன். சதா வூடியின் குரல் எனக்குள் கேட்டுக்கொண்டே இருந்தது.

நான் கற்பனை செய்த வூடியின் கதை எனக்கும் நிஜ வூடிக்கும் இடையே தன் இஷ்டத்துக்கு நடந்துவந்திருப்பதை என்னால் சகஜமாக எடுத்துக்கொள்ள முடியவேயில்லை. அதன் முடிவும்கூட அப்படியே கழுத்து நெறிபட்டு இறந்திருக்கிறாள். என்ன ஒன்று...? நெரித்தது என் கரங்கள் இல்லை. அவள் ஜாவலீனா இல்லை, அவள் தான் வூடி என்றாகையில், அந்தக் கதைக்கு வெகுஅருகாமையில் வந்து நின்றுகொண்டாள். எத்தனை பாரபட்சமற்ற அன்பை எனக்கு வழங்கினாள்? நானொரு கொலைகாரன் என்பதை அறிந்த பிற்பாடு கூட என்னை நேசித்தாள். நான்தான் செய்யாத கொலையை, இல்லாத ஒருவளைக் கற்பனித்து அவள் மனதில் ஒரு ஊசிபோல செருகிச் செலுத்தினேன். கடைசியில் அதேபோல் அவள்.

குலுங்கிக் குலுங்கி அழுகிறேன். தேற்றுவாரில்லாத கண்ணீர் போல இந்த உலகில் வேறு அபத்தம் இல்லை அந்த அழுகைக்கு என்ன பயன்? என் அருகே பல வூடிகள் அமர்ந்துகொண்டு என்னையே பார்ப்பதுபோலத் தோன்றியது.

எங்கே செல்வதென்று தெரியாமல் அலைந்தேன்.

என் வேலையை ராஜினாமா செய்தேன். அடுத்து வந்த ஒரு வருடம் என் கதையின் நீட்சிபோலவே யாரென்றறியாத எத்தனையோ கொலைகளில் ஒன்றாக வூடியின் கேஸ் தூங்கிற்று. என்னால் தூங்க முடியவே இல்லை. என் ஃபோன் கால் வந்தால் சமீபங்களில் மார்ட்டின் அட்டெண்ட் செய்வதே இல்லை. இதைத்தவிர அந்தக் கேஸில் எந்த முன்னேற்றமும் இல்லை.

சுய இரக்கம் என்னைக் கொன்றது.

பென்ஸில்வேனியாவிலிருந்து வெகு தொலைவுக்கு ஓட முற்பட்டேன். ஞாபகங்கள் உடலுள் நுழைந்த பாம்புகளைப்

போல. அவற்றின் விஷம் தீரும்வரை நம்மால் தப்பவே முடியாது. என் தனிமைகள் எங்கும் பாம்புகளாய் வூடியின் நினைவுகள் பெருகின. மறுபடி என் வாழ்க்கையின் சகல திக்குகளையும் சாம்பல் நிறம் நிரப்பத் தொடங்கிற்று. வூடியும் ஜாவெலீனாவும் இரண்டு நிஜங்கள். நானும் நானும் இரண்டு நிஜங்கள். அவள் சௌகர்யமாக மரணித்து விட்டாள். என்னால் நகரவேமுடியவில்லை.

ஷேவிங் செய்யாத நரை தாடியும் திருத்தாத கேசமுமாய் என்னை நானே பார்க்கச் சகிக்காமல் கண்ணாடிகள் இல்லாத திசைகளில் திரிந்துகொண்டிருந்தேன்.

9. நம்புகிறவர்க்கே நந்தவனம்

உயரமான கட்டடங்களின் பக்கவாட்டுச் சுவர்களின்மீது ஏறி நிற்க இந்தக் கிழவனால் எப்படி முடியும்? கையில் கட்டிய வாட்ச்சை விற்கவும் மனமில்லை. தூர எறியவும் முடியவில்லை. ஏன் இன்னும் சன் கிளாஸூம் ஸ்காட்ச்சும் வந்து சேரவில்லை? வூடியும் நல்லவள் ஜாவெலினாவும் நல்லவள்தான். கடைசியாய் அவளைக் கூடியவனால் முழுமையாக முயங்க முடியவில்லை போலும். ஜாவலீனா எதுவும் அவனை கேலிசெய்தாளா தெரியவில்லை. அப்படி இருந்தாலும் அன்றலர்ந்த செம்மலரைக் கொன்றழிக்கக்கூடியதோ கயவனுக்கு? சாகுந்தறுவாயில் என்னை நினைத்தாயா ஜாவலீனா? சாகும்போது நீ என்னைத்தான் நினைத்திருப்பாய் வூடி. என்னையும் அழைத்துப் போயிருக்கலாமே டியர்? கயிற்றில் தொங்க மனசு வரமறுக்கிறது அன்பே! கத்தி கொண்டு அறுக்கவும் முடியவில்லை. தெரிந்த ஒரேவழி ஆயிரத்தைந்நூறு மாத்திரைகளை ஒன்றாக உருட்டிப் பிசைந்து பியரோடு சேர்த்து உட்கொண்டுவிடவா? உன்னிடம்தான் என்று தெரியாமலேயே உன்னிடம்தான் வந்துகொண்டிருக்கிறேன் வூடி. நீ இன்னேரம் அடுத்த ஜென்மத்துக்குள் சென்றுவிட்டிருப்பாயா? இந்த உலகம் ஏன் விரும்பத்தகாதவைகளின் நிகழ்களமாகவே தொடர்ந்து கொண்டிருக்கிறது? எத்தனை அலுவல்பூர்வ

கொலைகளை ஜஸ்ட் லைக் தட் செய்தவன் நான்? எத்தனை கவுன்ஸலிங் தந்தவன் நான்? என்னை யாராவது கொலை செய்துதருகிறீர்களா? சீக்கிரம் வூடியைச் சென்று அடைய வேண்டும்.

என் கரங்கள் நடுங்கின.

என்னால் தற்கொலை செய்துகொள்ள முடியாது. ஒருவேளை, இதனையே வெறியாகக் கொண்டு கிளம்பினால் அதை செய்துகொள்வேன் என்று பயமாக இருக்கிறது. நான் வாழவேண்டும் என்ற வாக்கியத்தையே நான் வாழவேண்டுமா என்று யாரிடமாவது கேட்டுத் தெரிந்து கொள்ள நினைக்கிறேன். யாரிடம் கேட்பது? மனது சமாதானமில்லாமல் சாம்பல் மேடுகளில் தடுமாறுகிறது. சாம்பல் வனத்தைப் பாம்புகள் நெருங்கிக் கொண்டிருக்கின்றன.

பாக்கெட் டைரியில் இருந்து மிஷனரியின் நம்பரை எடுத்து ஒற்றினேன்.

எதிர்முனையில் 'உங்கள் வாழ்க்கை சந்தோஷமாகட்டும். சொல்லுங்கள்' என்றது ஆண்குரல் ஒன்று.

என் குரலை முடிந்தவரையில் மாற்றிக்கொண்டேன்.

"என் பெயர் சக்காரியா. சமீபகாலங்களாக எனக்குள் தற்கொலை எண்ணம் அதிகரித்துவருகிறது. நானொரு அனாதை" இதை மாத்திரம் சொன்னேன்.

"உலகத்தில் யாரும் அனாதையில்லை. பொறுமையாக இருங்கள். சில வினாடிகளில் உங்களுக்கான கவுன்ஸெலர் உங்களோடு உரையாடுவார்."

லைனில் காத்திருப்பதற்கான சங்கீதம் ஒலிக்கலாயிற்று. என் கையில் இருந்த வாட்ச்சையே வெறித்தபடி காத்திருக்க ஆரம்பித்தேன்.

•

வாசனை

முதல் முதல்ல நான் சேமிச்சிக்கிட்ட வாசனை எது தெரியுமா? இதென்னடா இதுன்னு பார்க்காதீங்க. நாமெல்லாருமே காத்தால தண்ணியால, தீயால, மண்ணால அப்பறம் ஆகாசத்தாலதான் வாழ்ந்திட்டு இருக்கோம்னு அப்பத்தா சொல்லும். ரொம்ப நல்ல மனுஷி. அவ இருக்கந்தட்டியும் எனக்கு வயிறு பசி தெரிஞ்சதே இல்ல. திடீர்னு ஒரு நாள் அப்பத்தா செத்துப்போயிடுச்சி. அப்பத்தான்னு நினைச்சாலே அவ சேலை முந்தியிலேருந்து லேசா புது சாக்குப் பையைப் பின்னும்போது வர்றாப்ல ஒரு வாசனை வருமே, அதுவும் அப்பத்தா செத்தன்னிக்கு வீட்ல ஒரு நீர்மைகலந்த வாசனை வந்திச்சி, அதுவும்தான் நினைவுக்கு வரும். ஊதுபத்தியா, ரோஜா மாலையா, பன்னீரா, வாசல்ல எரியவச்ச எருவாட்டியா எல்லாம் கலந்த ஒரு வாசனை.

இன்னும் அந்தக் கேள்விக்கு பதில் சொல்லாம அப்பத்தா பத்தி பேசியாச்சி. ஆங்... மொதமொதல்ல எனக்குள்ளே சேமிச்சிக்கிட்ட வாசனை எதுன்னு கேட்டேன்ல. எனக்கு அஞ்சி வயசா இருக்கும்போது எங்கப்பார் ஒரு வெள்ளைக் கார் வாங்கிக் குடுத்தார். மெட்ராஸ் போயி கட்சி மீட்டிங்குக்குப் போயிட்டு வரும்போது அந்தக் காரை எனக்குன்னு

வாங்கிட்டு வந்தாரு. அப்பா, அப்ப யூனியன்ல பெரிய ஆளா இருந்ததால அவரே நேரா காசு குடுத்து வாங்குனாரா அல்லாட்டி யாராச்சும் அவரோட ஏவலடிமைகள் வாங்கித் தந்தாங்களான்னு தெரியாது. எங்கப்பா எனக்குத் தந்த அந்த வெள்ளைக் கார் பாக்க செமை அழகா இருக்கும். மண்டையில சிவப்பு லைட் எரியும். ரிவர்ஸ்ல இழுத்துவிட்டா முன்னாடி ஓடும். சுவத்துல முட்டிகினா அதுவே திரும்பி ஓடும். பாட்டரிதான் அதுக்கு உசுரு. அந்தக் கார் பொம்மைலேருந்து லேசா ப்ளாஸ்டிக் கலந்த வாசனை அடிக்கும். முகத்தோட அந்தக் காரை வச்சித் தேச்சிக்குவேன். ஒரு வாசனையை எப்பிடி சொந்தமாக்கிக்கிறதுன்னு தெரியாத அந்த வயசுல ரொம்ப நாளைக்குத் தூக்கத்துலல்லாம்கூட அந்த வாசனை அடிச்சிருக்கு. எனக்கு நல்லா நினைவிருக்கு. அந்தக் காரை என்னோட பன்னெண்டு வயசு வரைக்கும் தூக்கிட்டுத் திரிஞ்சிருக்கேன். எங்கப்பாரோட பதவி மாதிரியே அந்தக் காரும் மெல்ல பொலிவிழந்துபோனதை நான் பார்த்தேன். தெனமும் காலைல சீக்கிரமா எழுந்திரிச்சி கார் எங்கன்னுதான் பார்ப்பேன். அந்தக் காரை கையிலெடுத்ததும் மூக்குப்பக்கம் கொண்டுபோயி ஒரு இழுப்பு. செமையா இருக்கும். அப்டி நா செய்றதை ஏதோ கார் பொம்மைக்கு முத்தம் குடுக்கிறேன்னு நெனைச்சிருப்பாங்க. யாரும் பார்க்காமத்தான் அனேக தடவைகள் அப்டி செய்திருக்கேன்.

தெருவில டெய்லி கிரிக்கெட் வெள்ளாடுவோம். ரெண்டு பக்கமும் தலா அம்பதுக்கு மேற்பட்ட விலாசங்கள் இருக்கிற பரவலான வீதி நாங்க குடியிருந்த அருணாச்சலம் தெரு. அதுல என் ஏஜ் குரூப்ல மொத்தம் பதினைஞ்சுபேருக்கு மேல இருப்பம். ஆனாலும் முக்கு வீட்டு ரமேஷ், அவங்கண்ணன் சதீஷ் அப்பறம் கதிர்வேல், அவந்தம்பி வினோத். இவனுங்க அப்பா ஃபாரீன்ல கப்பல்ல வேலை பார்த்தார். வீட்டு மாடியில சின்னதா கப்பல் டிசைன் இருக்கும். வர்சத்துக்கு ரெண்டு மாசம் லீவ்ல வருவார். அப்ப மட்டும் பசங்க உற்சாகமா திரிவானுங்க. மத்த நாளெல்லாம் ப்யூஸ் அடிச்ச பல்பாட்டம் சுரத்திழந்து தெரிவானுங்க. எப்பவுமே நாங்கல்லாம் சேர்றது கிரிக்கெட்டுக்காக. எங்க தெருவோட அடையாளமே கிரிக்கெட்தான்.

எங்க வீட்டு வாசல்ல சிமெண்ட் கரைகளோட சாக்கடை ஓடும். அதுக்குமேல வீடு வீட்டுக்கு சிமெண்டு ஸ்லாபு போட்டிருப்பாங்க. தெருவில கிரிக்கெட் வெளாடும்போது எல்லாருக்கும் ஒரே ரூல் தான். சாக்கடையில பந்து விழுந்தா பேட்டிங் பண்ணவன்தான் எடுக்கணும். இது ஒருவகையில அநியாயம்தான். ஃபீல்டிங் பண்றவன் அசட்டையா விட்டாலும்கூட பந்தை அடிச்சவன் வந்து எடுக்கணும். விளையாட்டுக்கு நடுவுல தண்டனைமாதிரி வச்சிக்கலாம். ஒரு ஓரத்தில வாளி தண்ணியும் கப்பும் இருக்கும். இடது கையால பந்தை எடுத்து அதை கப்ல தண்ணி எடுத்து கழுவிட்டு கையையும் கழுவிட்டு மறுபடி வெளையாடணும். ரமேஷ், சதீஷ் ரெண்டுபேரும் நல்லா வெளாடுவானுங்க ஆனாலும் பேட்டு, பந்து, ஸ்டம்புன்னு எல்லாத்தையும் எடுத்துக்கிட்டு எங்க ஏரியாவுக்கு எதிர்ப்பக்கம் இருக்குற கற்பக நகருக்குப் போயி கிரவுண்ட்லதான் வெளாடுவாங்க. அவங்கப்பா பாங்க்ல பெரிய மேனேஜர். அவங்கம்மாவும் ஏதோ டாக்ஸ் ஆபீஸ்ல வேலைபார்த்தாங்க. செகப்புக் கலர்ல ஃபியட் காரெல்லாம் இருக்கும். சொந்த வீடு அதும் மாடி வீடு அவங்கது. மாடில மணிப்ளாண்டு செடி தோரணமா தொங்கும். மழை பெய்றப்ப அந்த வீடு மட்டும் கூடுதல் அழகாத் தெரியும். பின்னாடி பணக்காரனா ஆனா ரமேஷ் வீடுமாதிரி ஒரு வீடு கட்டணும்னு ரெண்டொரு தடவை சொல்லியிருக்கேன். அந்த சதீஷும் ரமேஷும் எங்ககூட வெளையாட வரணும்னு நாங்க நாலஞ்சுபேர் வீட்டு வாசலுக்குப் போயி கெஞ்சுவம். அப்ப நெட்டையா இருக்கிற சதீஷ் கண்டிஷன் போடுவான். ”நானோ, என் தம்பியோ டிச்சில கைவிட்டு பந்தை எடுக்க மாட்டம். கழுவி தந்தாத்தான் தொடுவம். இஷ்டம்னா வர்றோம்“ அப்டின்னுவான். முட்டாத்தனமா அவனுங்களை ஏதோ அரச பரம்பரைமாதிரி கெஞ்சி கூத்தாடி கூட்டியாருவோம். முக்கு வீட்டு சுடலைக்கும் சதீஷுக்கும் கிரிக்கெட்ல தகறாரு வந்து அடிச்சிக்கிட்டாங்கிய. ரெண்டுபேரு மேலயும் தப்புன்னாலும் சுடலையோட அப்பா சதீஷ் அப்பாகிட்ட கை கட்டி நின்னு மன்னிப்பெல்லாம் கேட்டாரு. அடுத்த ஒண்ணாந் தேதி

சுடலை குடும்பமே வீடு மாறி வேற ஊருக்குப் போயிட்டாங்க. அதுக்கு அப்பறம் சதீஷ், ரமேஷ் ரெண்டுபேருமே எங்க யாரோடயும் கிரிக்கெட் வெளாட வந்ததே இல்லை.

சாக்கடையில விழுந்த பந்து என்னதான் கழுவினாலும் சாக்கடைக்குன்னு ஆதாரமா இருக்குற ஒரு வாசனையைத் தன்னோட உடம்புல பூசிக்கிட்டாப்லயே இருக்கும். இது எனக்கு மட்டும்தான்னு இல்லை, பட்டாம்பூச்சின்னு பட்டப்பேரு உள்ள என் பக்கத்து வீட்டு சத்யராஜூக்கும் இதே தோணுனதா சொல்லி இருக்கான். அதை எடுக்க நேர்ந்தப்பல்லாம் பின்னால வீட்டுக்குள்ற நொழஞ்சதுமே திட்டு விழும். பாரு சாக்கடைக்குள்ள கைய விட்டுட்டு திரியுது பன்னிமாதிரின்னு அம்மா வைய்யும்.

எறி பந்துன்னு ஒரு வெளாட்டு. ஓடும்போது அடுத்தவன் முதுகைக் குறிபார்த்து எறியணும். மிஸ் ஆவுறதுக்காகவே வளைஞ்சி வளைஞ்சி ஓடுவம். ஆனாலும் பந்து முதுகுல படுற ஒரு கணம் தீ பிடிச்ச காடாட்டம் எரிச்சலா இருக்கும். சத்யராஜ் அதுல கில்லாடி. அவன் அடி வாங்காம ஓடுறதுனாலயும் அவன் எறியுறப்ப மிஸ் ஆவாம மத்தவங்க அடி வாங்குறதாலயும் சொல்றேன். அவனுக்கும் எனக்கும் ஒரு ஏற்பாடு இருந்திச்சி. அவனை நான் எறிஞ்சா பிரச்சினையே இல்லை. அவனை குறிபார்த்து எறிய வராது எனக்கு,. என்னை அவன் எறியிறப்ப மாத்திரம் வேணும்னே வலிக்காம எறியணும். பதிலுக்கு அவனுக்கு நா ஃபில்டர் சிகரட் வாங்கித் தரணும்.

சிகரட்டோட வெலையோ அல்லது அதை வாங்குறதோகூட பிரச்சினையில்லை. பதிமூணு பதினாலு வயசுப் பசங்க அதை அடிக்கிறதுக்குப் படாதபாடு படணும். அதொரு சுதந்திரப் போராட்டம்னு சிரிப்பான் சத்யராஜ். ஒரு சிகரட்டை அடிக்க கிட்டத்தட்ட அஞ்சாறு கிலோமீட்டர்கள் நடந்தோ, சைக்கிள்லயோ போயிவருவம். ஒண்ணே ஒண்ணா அடிக்க முடியும்? ரெண்டு மூணை அடிச்சிட்டு வரவேண்டியதுதான். நான் பக்கத்துல வேடிக்கை பார்ப்பேன். எனக்கு ஒரு இழுப்பு தருவான் சத்யராஜ். நான் வேணா வேணான்னு சொல்லிட்டே அதை இழுப்பேன். சிகரட்

வாசனை தூரத்ல ஒருமாதிரி இருக்கும். பக்கத்ல நெடி தூக்கும். அடிச்சவங்க அதை மறைக்க பாக்கு, ஏலக்கா, எதுனா மிட்டாய் இதயெல்லாம் ட்ரைபண்ணா, சிகரட் வாசமும் அதுவும் சேர்ந்து இன்னொண்ணா மாறும். வாழ்க்கையே இன்னொண்ணா மாறுறது தானே?

எங்க அப்பாரு சிகரட், தண்ணி, பாக்குன்னு எல்லாத்லயும் பூந்து வௌாண்டதால எனக்கு எதுலயுமே ஆர்வமில்லாத போயிட்டுது. ஆனாலும் இதுகளோட வாசனைங்க மேல அலாதி ப்ரியம் உண்டு. "நீ வாங்கிக் குடி, நா பக்கத்ல இருக்கேன்" என்று சொல்லும்போது சத்யராஜ் சிரித்திருக்கிறான். அவனுக்குத் தெரியாது. எனக்குத் தேவையான போதை உட்பொருளல்ல அதோட வாசனைன்றது.

நாளானதும் நாங்க கிரிக்கெட் விளையாட்டுலேர்ந்து கொஞ்சம் கொஞ்சமா வெலகுனம். மொத்தமாவே எங்க அருணாச்சலம் தெருவோட முகமே மாறிப் போச்சி. அப்பறம் தெருவில வெளையாடுற வெளையாட்டுக்கள் எல்லாமே வழக்கொழிஞ்சு போச்சு. பத்தாவது லீவுல என் வாழ்க்கையை ரெண்டா புரட்டிப்போடுற சம்பவம் ஒண்ணு நடந்துச்சி. இப்ப நெனைச்சாலும் அந்த நிகழ்ச்சி எனக்குள்ள முழுசா படருது. எத்தினி நாளானாலும் சில விசயங்களை மறக்க முடியாது இல்லீங்களா?

சத்யராஜ் வீட்டு மாடில பானுன்னு ஒரு பொண்ணு. நாங்க பத்தாப்பு படிக்கும்போது அது காலேஜ் முத வருஷம் படிச்சிது. கொஞ்சம் ஓசரமா ஓடிசலா இருக்கும். அந்த வயசுக்கேத்த வளர்த்தி இருக்கும். அழகா சிரிக்கும். எனக்கு அதைப் பார்க்குறப்ப எல்லாம் அப்ப ஃபேமஸா இருந்த ஒரு நடிகையோட சாயல்ல அவ இருக்கறதா தோணும். சத்யராஜ் என்னையவிட ஒரு வயசு மூத்தவன். அவன் பானுவை விரும்பினான். அவனே எங்கிட்ட பலதடவை சொல்லிருக்கான். "டே... அவ இல்லாட்டி நா செத்துருவேண்டா" அப்டின்னுவான். காதல்னு வந்துட்டா எப்பேர்ப்பட்ட ஆம்பளையும் கொழஞ்சிதானே போயிடறான்? சத்யராஜுக்கு துணை நானு. எப்பவும் நா இல்லாம

எங்கயும் போகமாட்டான். கல்யாணத்துல தொணை மாப்பிள்ள மாதிரி. பானு பின்னாடியே போவம். நானும் சத்யராஜூம். அடிக்கடி சத்யராஜ் தன் சீப்பால தலை வாரிக்கிவான். மீசையை சரி செய்துக்கறப்போ அழகாவே தெரிவான். நா சொன்னேன்னா லேசா வெட்கம் வரும் அவனுக்கு. ஆனா முகத்தை சிரிப்பிலேருந்து டக்குன்னு சீரியஸா மாத்திக்குவான். பேச்சையும் மடை திருப்புவான். அவனுக்கு நான் கூட இருக்கணும். நா பேசுறதெல்லாம் வேணும். ஆனா நேரடியா அதை ரசிக்க வெட்கம் தடுக்கும். என்ன இருந்தாலும் அவனோட காதல் இல்லியா அது?

ஒரு நாள், புதூர் பஸ் ஸ்டாண்டுலேருந்து 22ஆம் நம்பர் பஸ்ஸூல ஜன்னலோர சீட்ல உக்காந்திருக்கா பானு. பஸ் கௌம்புறதுக்கு ரெண்டு நிமிசம் முன்னாடி ப்ரேக் டவுனாகி ரெண்டு பஸ் கூட்டமும் அடுத்து வந்த 49ஆம் நம்பர் பஸ்ல ஏறவேண்டியதாப் போச்சி. அன்னிக்குன்னு பார்த்து சத்யராஜால வரமுடியல போல. எனக்கு அவன் தகவல் தெரிவிக்காததால வழக்கம்போல நா பானு காலேஜ் வரைக்கும் போயி வழியனுப்பிட்டு வந்துரவேண்டியதுதான். கம்யூனிகேஷன் இல்லைன்னாலும் கடமை இது. தவறக்கூடாது. நா பஸ்ல ஏறிட்டேன். பானு என் பக்கத்ல நிக்கிறா. சரியான கூட்டம். கண்டக்டர் குரல் மாத்திரம்தான் தெரியுது. கூட்டம் அம்முது. யாரை யாரு இடிக்கிறாங்கன்னெல்லாம் தெரியவே தெரியாது. காத்தோட்டமே இல்லை. நா கிட்டத்தட்ட பானுவோட நிழல் மாதிரி அவ உடம்புக்கு அத்தினி பக்கத்ல நிக்கிறேன். அவ அன்னிக்கு மஞ்சள் தேச்சி குளிச்சிட்டு வந்திருக்கா. தலையில மல்லியப் பூ சரம் தொங்குது. அவ முகத்துலேருந்து வியர்வை சின்னச்சின்ன நதிகளா கொட்டுது. எனக்கு வழியே தெரியல. அவளை ரசிக்கிறது தப்புன்றதைவிட, சத்யராஜுக்கு நா செய்ற துரோகம்ன்றதைவிட எனக்கு அந்த நிமிசம் ரொம்ப முக்கியமாப் பட்டுது. என்னால என்னைக் கட்டுப்படுத்த முடியல. தினமும் பாக்குற ஒருத்திதான்னாலும் அந்த சூழல் வேறமாதிரி அமைஞ்சது. ஒவ்வொரு ஸ்டாப்புலயும் கூட்டம் கூடிட்டே போவுதே தவுர கொறஞ்சபாடில்லை. கோரிப்பாளையம் பாலத்ல

போயிட்டிருக்கப்ப ட்ரைவர் புண்ணியவாளன் சடர்ன் ப்ரேக் ஒண்ணு போட்டான். பஸ் பயங்கரமா குலுங்கிச்சி. அந்த தேவவினாடி என் பக்கத்ல நின்ன பானுவோட கழுத்துல என் உதட்டால தேச்சேன். முந்தின நிமிசத்தோட கனவு ஒண்ணு அடுத்த நிமிசம் நனவாகுறதை விடவா சந்தோசம் வேணும்? என்னால அந்த நொடியை மறக்கவும் முடியல. அதை எடுத்துச் சொல்லவும் முடியல. பொண்ணுங்கள்ல அழகு அசிங்கம்னெல்லாம் யாரும் இல்ல. யாரை நாம பார்த்துக்கிட்டே இருக்கமோ, யாரை அடிக்கடி பாக்குற வாய்ப்பு கிடைக்குதோ, யாரை நாம பாக்குறப்ப மனசு சந்தோசமாவுதோ அவங்கதான் அழகு. எனக்கு பானு பேரழகி. என் ஒலகத்ல ஒரே ஒருத்தியா பானு தான் இருந்தா. சத்யராஜோட அடிமையா அந்த பஸ்ஸுல ஏறின அதே நான் அப்டி ஒருத்தனை எனக்குத் தெரியவே தெரியாதுன்ற மனோபாவத்ல எறங்குனேன்.

இருங்க. இன்னும் முச்சூடும் சொல்லி முடிக்கல நானு. அவ கழுத்ல என் உதட்டை வச்சி தேச்சேன். அவ்ளோதான் அந்த நாலைஞ்சு நொடிகள்ல சாத்தியமாச்சு. ஆனா கழுத்து வியர்வையோட உப்பா அவ எனக்குள்ள நொழஞ்சிட்டா. சத்தியமா சொல்றேன். நான் பக்குவப்பட்டிருந்தேன். அதுவரைக்கும் கொட்டுற மழையில திசை தெரியாத வண்டிக் கண்ணாடிமாதிரி சிதிலமா இருந்த வாழ்க்கை, திடீர்னு மழை நின்ன நிமிஷம் எது திசை, எது பாதைன்னு சரியாத் தெரியுறாப்ல பளிச்சுன்னு இருந்திச்சி. எனக்கு எது வேணும்னு தீர்க்கமா தெரிஞ்சுச்சி... சத்யராஜ்கிட்டேருந்து வெலகிடலாம்னே முடிவுக்கு வந்திட்டேன்.

பானுவுக்கு எதும் தப்பா தோணல. பக்கத்ல நிக்கிறது தெரிஞ்ச பய்யன்றதால அவ ஒரு நிம்மதியோடதான் பயணிச்சான்னு தெரியும். என்னைப் பார்க்கறப்ப அப்பப்ப சிரிக்கவேற செஞ்சா. அந்த மஞ்சள் அரைச்சிப் பூசுன மொகத்துக்காக எத்தனை கொலை வேணா பண்ணலாம்னு தோணுச்சி. எனக்குள்ள இருந்த ஒரு விளையாட்டுப் பய்யன் முழுசா எங்கிட்டேருந்து வெலகி ஒரு பெரிய மனுஷனா நான் என்னை உணர்ந்தேன்.

சத்யராஜ் தான் எனக்கு பெரிய தொந்தரவா மாறுனான். அன்னிக்கு சாயந்திரத்துலேருந்தே அவனை நான் தவிர்க்க ஆரம்பிச்சேன். எத்தினி நாள் கலந்து திரிஞ்சது அத்தனை கச்சிதமா கட் பண்ணா தெரியாதயா போய்டும்? சத்யராஜ் நல்லவன். எனக்கு என்னவோ கோவம் வருத்தம்னுதான் யோசிச்சானே தவிர, என் மனசுக்குள்ள புகுந்த சைத்தானை அவனால அடையாளம் கண்டுக்க முடியல. ரெண்டொரு தடவை என்னை சமாதானப்படுத்த முயற்சி பண்ணான். அப்பறம் விட்டுட்டான். நீயே வருவடா நாயேன்னு போயிட்டான். நானாவது வர்றதாவது.

சத்யராஜ் வீட்ல பானு குடியிருந்ததால அவனால அவளை அங்கே வச்சி பேசவோ, ஏன் பார்க்கக்கூட முடியாது. அதும் தவிர அவன் தெருப்போக்கிரின்னு பேர் வாங்குனவன். என்னைய அவன்தான் கெடுக்குறான்னு அவன் வீட்லயே சொல்வாங்க. அடுத்து வந்த ஒரு மாசம் முக்கியமானதா இருந்திச்சி. சத்யராஜோட சேர்றதில்லைன்றதை உணர்ந்த என் வீட்ல, என் செய்கைகள் ஆச்சர்யம் குடுத்திச்சி. திருந்திட்டான் மகன்னு என்னை திட்டுறதை விட்டாங்க. அடுத்த வீட்டுக்கு கேக்குறாப்ல திட்டினா என் இமேஜ் என்னாகுறது? முந்தி மாதிரி இல்லைல்ல?

முத்துன்னு ஈ.பி. ஆபீஸ் ஸ்டாப் மேல மெக்கானிக் ஷாப் வச்சிருந்தவர் எனக்கு தூரத்துச் சொந்தம். அவர்கிட்ட வேலைக்குச் சேர்ந்தேன். ‘தொழிலை கத்துக்க செல்வம்’னு எங்கப்பா கண்கலங்க சொன்னாரு. ஒழுங்கா படிச்சிருக்கலாம்லன்னு அக்காவும் அம்மாவும் அழுதாங்க. அப்ப அப்பா அதட்டுனாரு. ‘இப்ப என்ன படிச்சாத்தான் பொழைப்பா? உலகம் உள்ளந்தட்டியும் வண்டிக இருக்கும். அவன் பெரிய முதலாளியாவான். பார்த்துக்கிட்டே இருங்க’ என்றார். எனக்கு என்னவோ இவர்களது அன்பைவிட பானுவின்மீதான மோகம் என்னை உந்தித் தள்ளுச்சி.

பானுவை தினமும் பஸ்ல ஏறி உக்கார்றாளான்னு பார்த்துட்டு தான் வேலைக்குப் போவேன். அவ திரும்பி வர்ற நேரம் டான்னு எதாச்சும் வண்டிய ட்ரையல் பாக்குறாப்ல,

புதூர் பஸ் ஸ்டாண்டுக்கு வந்து அவளை பார்த்துட்டுதான் வேலைக்குத் திரும்புவேன். ஞாயித்துக்கெழமை அவ எங்கனா கௌம்புனா நானும் பின்னாடியே போய்டுவேன்.

தற்செயல்னு நம்ம வாழ்க்கைல நடக்குற எல்லாத்துக்கும் பின்னாடி யார்னே தெரியாத யாரோட திட்டமோ இருக்குங்க. எனக்கு அப்டி ஒண்ணு நடந்துச்சி. மே மாசம் வெக்கேஷன்ல பானு ஒரு நாள் எங்கயோ கௌம்புனா. நான் அன்னிக்கு லீவு. திடீர்னு அம்மா சொல்லிச்சி. இன்னிக்கு விசேசம்டா அம்மன் கோயிலுக்குப் போயிட்டு வந்துருன்னு. நானும் போனேன். கோயில்ல சாமி கும்பிட்டு முடிச்சிட்டு பிரகாரத்ல ஒக்காந்து ஒரு நிமிசம் கண்ணை மூடித் திறக்குறேன், என் பக்கத்ல ஒக்காந்திருக்கா பானு. அவளோட சொந்தக்காரப் பொண்ணும் கைக்கொழந்தையைத் தூக்கிட்டு கோயிலுக்கு வந்திருக்காங்க. குழந்தையை பானு கையில தந்திட்டு அந்தக்கா எங்கயோ போச்சு. எங்களுக்குப் பேச சந்தர்ப்பமாச்சு. நா கை நீட்டினதும் அந்தக் குழந்தை எங்கிட்ட வந்திடிச்சி. ஒரு பட்டுக்குட்டிமாதிரி எல்லா திசையிலயும் பூத்த பேரில்லாத பூ மாதிரி பொக்கை வாயால சிரிக்கிது. என்ன பேர்னு கேட்டேன். ஷாதிகான்னு சொன்னதும் தன்னைத்தான்னு புரிஞ்சுகிட்டு மறுபடி சிரிச்சது. தூரத்லேருந்து பாக்குற யார்க்கும் அந்தக் குழந்தையோட பெற்றோர்னு என்னையும் பானுவையும் நினைக்க வாய்ப்பிருக்குல்ல. அந்த எண்ணமே எனக்குள்ள ஜிலீர்னுச்சு. அந்தக் குழந்தையோட மேனியிலேருந்து நெருக்கமா ஒரு பால்வாசனை கலந்த ஒரு நெடி அடிச்சிது. என் வாழ்க்கையில அத்தனை நெருக்கமா ஒரு குழந்தையை கவனிக்கிறது மொதல் தடவை.

பானு நேரா என் கண்ணைப் பார்த்து கேட்டா. "செல்வம் என்னைய ஃபாலோ பண்றியா" அப்டின்னா. நா எதுமே பேசாம இருந்தவன் "இங்க நீ வருவன்னு தெரியாது பானு. ஆனா உன்னைய தினமும் ஃபாலோ பண்ணதான் செய்றேன்." எனக்கு உன்னைய ரொம்பப் பிடிக்கும்னு சொல்றதுக்குள்ள, அவ கண்ண ரெண்டு தடவப் பாத்து, மின்சாரம் தாக்கி நாக்கெல்லாம் உலர்ந்திட்டுது எனக்கு.

எதுமே பேசாம எழுந்து போறா. பின்னாடியே போனேன். "பானு எதுனா சொல்லிட்டுப் போயேன்" அப்டின்னு சொல்றேன். "இன்னைக்குதானே சொல்லிருக்க. கொஞ்சம் வெயிட் பண்ணு. சொல்றேன். ஆனாஒண்ணு. வெயிட் பண்ணா பிடிக்கும்னுதான் சொல்வேன்னு தப்பா முடிவு பண்ணிராத. பிடிக்காதுன்னு சொன்னாலும் போயிடணும். என்ன"" என்றவள் நிற்காமல் போய்ட்டா.

கோயிலை சுத்தும்போது எண்ணெய் விளக்கும் இருட்டும் சூடம் இன்னபிறவெல்லாம் சேர்ந்து எரியுறப்ப, அதோட புகையோட சேர்ந்து ஒரு வாசனைவரும். அதை வேற எங்கயுமே உணரமுடியாது. கூட்ட நாட்கள்ல மனுஷனோட வியர்வை மழையாப் பொழியும். அதோட எண்ணெய் எரியுற வாசனைசேரும். அதை அடிக்கடி கண்டுருக்கேன். அன்னிக்கும் அப்டிதான் அதையும் பானுவோட வார்த்தைகளையும் சேர்ந்து பிசைஞ்சி ஞாபகமாக்கிக்கிட்டேன்

கிட்டத்தட்ட பானுவோட நெனப்புலயே குடித்தனம் நடத்த ஆரம்பிச்சிட்டேன். அவ மூணாவது வருசம் படிச்சிட்டிருந்தா. திடீர்னு ஒரு நாள் என்னையக் கூப்டா "நாங்க காலேஜோட கொடைக்கானல் டூர் போறம். நீயும் வந்துரு"ன்னா. எங்கிட்டே நேரடியா சம்மதம் சொல்லலைன்னலும் இது பத்தாதா? நான் ஒரு ஷோகன் வண்டியை எடுத்துக்கிட்டு முதுகுல காலேஜ் பசங்க போட்ற பேக், கண்ல கூலிங் கிளாஸூ, ஷூன்னு பந்தாவா கௌம்பிப் போனேன். பானுவோட காலேஜ் பஸ்ஸை கிட்டத் தட்ட எஸ்கார்ட் குடுக்குறாப்ல ஃபாலோ பண்ணிப் போனேன். மறுநா காலம்பற பார்க்ல என்னையப் பார்க்க வந்தா பானு. "எங்காச்சும் போயிட்டு வரலாம் வா"ன்னா. எனக்கு கிறுகிறுன்னு வந்திச்சி. என் வாழ்க்கையில தங்கமான ஒரு நாள் ரயில் சப்தத்த விட அதிகமா என் இதயம் துடிச்சதுன்னா பொய்யில்ல.

பானுவை கூட்டிக்கிட்டு எடம் கிடைக்காம அலைஞ்சே. கொடைக்கானல்லேருந்து பன்னெண்டு கிலோமீட்டர் தள்ளி ஒரு எடம். சினிமால்லாம் கூட ஷூட்டிங் எடுப்பாங்க. இருட்டா காடாட்டம் இருக்கும். அங்கன தோதா ஒரு எடத்ல

வண்டியை பார்க் செய்துட்டு லவ் பண்ணோம். என்ன பண்ணனும்னு எனக்குத் தெரியாது. முழுசா இல்லாட்டாலும் தெரிஞ்சதை எல்லாம் செய்தோம். அவளுக்கும் என்னை ரொம்பவே பிடிச்சிருந்தது. நூறு முத்தம் குடுத்திருப்பேன். அதே பின்னங்கழுத்துல என் நாக்கை வச்சி தேய்ச்சேன். என் காதலோட தலைவாசல் இல்லியா? அவ கண்ணமூடிக் கெறங்குனா.அவளோட கை காலெல்லாம் முத்தமிட்டேன். வழக்கமா, எல்லா இடத்துலயும் கிடைக்கிற பவுடர் தான் அவளும் போட்டிருந்தா. வழக்கமா எல்லாரும் உபயோகிக்கிற செண்ட்டைத்தான் அவளும் பூசியிருந்தா. ஆனாலும் சத்தியமா சொல்றேன்: அவளோட உடம்புலேருந்து உற்பத்தியாகிற வாசனையை எந்த லோகத்திலயும் அனுபவிக்க முடியாது. நா தெணறினேன். என்னால அந்த வாசனையை ஞாபகத்தைத் தவிர வேறெந்தவழியிலயும் சேமிச்சிக்க முடியாதுன்னு நினைச்சப்ப அடைச்சிது. அதானே நெசம்.?

ஒரு உத்தமமான நகர்தலப்ப திடீர்னு "போதும் செல்வம்"னு எழுந்து கையைக் கட்டிட்டு நடக்க ஆரம்பிச்சிட்டா பானு. நா எதுமே பேசல. முழுசா அவளோட கட்டுப்பாட்டுக்குள்ள வந்திருந்தேன்னு மட்டும் புரிஞ்சது. நான் அவளை மறுபடி கொண்டாந்து அடுத்த எடத்ல காலேஜ் க்ரூப்போட சேர்த்துவிட்டேன். யாரும் கண்டுபிடிக்கல நல்லவேளை. அவளோட ஃப்ரெண்ட்ஸ் ரெண்டுபேருக்கு மாத்திரம் விசயம் தெரியும். அம்பிகாமாதிரி இருப்பா ஒருத்தி. என்னப் பாத்து சிரிச்சா. நான் கௌம்பி மதுரைக்கு வந்திட்டேன்.

என்குரோச் மெண்டுன்னு முத்து மெக்கானிக் கடையை தூக்கிட்டாங்க கார்பொரேஷன்ல. வேலை இல்லாத சும்மா இருந்தேன். திடீர்னு ஒரு நாள் எங்க வீட்டுக் கதவை யாரோ தட்டுறது தெரிஞ்சு கதவ திறக்குறேன். அழுது வீங்குன மூஞ்சோட நிக்குறா பானு. என்கிட்ட "நாளைக்கு சாயந்திரம் தெப்பக்குளம்"னு சொல்லிட்டு போயிட்டா. மறு நா தெப்பக்குளத்ல சந்திச்சம். அவங்கப்பாவுக்கு ட்ரான்ஸ்ஃபராம். காஞ்சிபுரம் போறாங்களாம். இன்னும் ரெண்டு நாள்ல அங்க போயிடுவாங்களாம். காலேஜையும்

மாத்தப் போறதா அவங்கப்பா சொல்லிட்டார்போல. ”நான் போயி புது அட்ரஸ், காலேஜ் எல்லாத்தையும் எழுதி உனக்கு இன்லாண்ட் லெட்டர் அனுப்புறேன். ராஜான்னு ஃப்ரம் அட்ரஸ்ல எழுதிருப்பேன். நீ யாரோன்னு நெனச்சி தூற எறிஞ்சுராத”ன்னு அழுதா. ”என்னை மறந்துடாத”ன்னு அழுதப்ப தலைல அடிச்சி சத்தியம் செய்தேன். ”ஏய்... நீ என் பொண்டாட்டிடீ... மறக்குறதாவது” அப்டின்னு தைரியம் சொல்லி அனுப்பிச்சேன். திரும்பித் திரும்பி என்னைப் பார்த்துக்கிட்டே கௌம்பிப் போனா.

ஒரு கதைன்னா, அதுல அடுத்தடுத்த சம்பவங்கள் நகர்தல்ல ஒரு நியாயம் வேணாமா? எந்த ஊருக்குப் போனான்னு தெரியல. எனக்கு எந்த லெட்டரும் வரல. பத்து மாசம் ஆச்சி. பைத்தியக்காரனா ஆனேன். ஒரு நாள் எதுவுமே நடக்காதுன்ற உண்மை என்னைப் பார்த்து பரிகசிச்ச துக்கத்துல என் கையை நானே அறுத்துக்கினேன். ஆஸ்பத்திரில இருந்தப்ப ஒரு ஆஸ்பத்திரின்றது எத்தினி வாசனைங்களோட கூடாரம் தெரியுமா நண்பா? மருந்து வாசனை, ரத்தத்தோட வாசனை, பினாயில் வாசனை, ஈரம் காயாத சுண்ணாம்பு வாசனை. வாந்தி பேதின்னு உடம்புலேருந்து உபாதைகளோட வாசனை. சாவுறதைவிடக் கொடுமையானது ஆஸ்பத்திரில கெடக்குறதும், கூட இருக்குறதும். எனக்கென்ன கடன் பிரச்சினையா இல்ல வேறேதுமா? கையை அறுத்து, நினைப்பு தப்புறப்ப செத்துருவேன்னு தான் தோணுச்சி. அந்த நேரத்துக்கு சத்யராஜோட அண்ணன் பாலாஜி கார்ல வந்துருக்க, என்னைய கார்ல அள்ளிப் போட்டுட்டு ஜீ.ஹெச். தூக்கிட்டுப்போனதால பொழச்சேன். சண்டாளி என் வாழ்க்கையில வந்து என்னைய ஒரு நாய்மாதிரி தூர எறிஞ்சுட்டு போயிட்டா. அவ அப்பிடிப் போனதே எனக்குத் தெரியாத அப்ராணியா இருந்திருக்கேன் பாருங்க.

ஒரு நன்மை என் வீட்ல அதுக்கப்றம். என்னைய ரொம்ப அன்பா நடத்துனாங்க. வேலை இல்லாததால என்னமோ செய்துக்கிடப் பார்த்தானே! என்ற அங்கலாய்ப்பா இருக்கலாம். அதுக்கப்பறம் ஒரு ஆறு மாசம் கழிச்சி கோரிப்பாளையத்ல

ஒரு செருப்புக் கடையில வேலைக்குச் சேர்ந்தேன். செயற்கையா கடைக்கூரையை ஆல்டர் செய்து இறக்கியிருப்பாங்க. அதுதான் குடோன். கஸ்டமர்ஸ் வரவர மேலே போயி செருப்புகளை எடுத்து வரணும். இதான் வேலை.

என்கூட சலீம், முரளின்னு ரெண்டுபேரு வேலை பார்த்தானுங்க. நா அதிகமா பேசமாட்டேன்றதால என்னைய அவனுங்க ரெண்டு பேருக்குமே பிடிச்சிருச்சிபோல. நான் எதுனா கேட்டா பயந்து செய்வானுங்க. எனக்கு ரெண்டு உபதளபதிகள் அவனுங்க. அங்கே புதுச்செருப்புகளை பிரிச்சா ரப்பர், லெதர், ரெக்ஸீன்னு பலதரப்பட்ட மூலப்பொருட்களோட வாசனை அடிக்கும். எனக்கு லெதர் வாசனை ரொம்பப் பிடிக்கும். அழகா இருக்கும். மனுஷத் தோலுக்கு விலை இல்லை. மாட்டுக்கும் ஆட்டுக்கும் விலை இருக்குதுன்னு முதலாளி அத்தா சொல்வார். எனக்கு அந்த வாசனை ரொம்பப் பிடிக்க ஆரம்பிச்சிது.

ஒரு நாள் கண்ணாடி போட்டு தலைமுடியை ஒருபக்கமா ஒதுக்கி ஒருத்தி வந்தா. கூட ரெண்டு பொண்ணுங்க இருந்தாங்க. அன்னிக்கு கடையில நானும் முரளியும் மாத்திரம்தான். முரளி மேலே குடோவ்ன்ல இருந்தான். நாந்தான் சர்வீஸ் பண்ணேன். கிட்டத்தட்ட முப்பது ஜோடிக்குமேல காமிச்சும் அவளுக்கு எதுமே பிடிக்கல. ஒரு கட்டத்ல எனக்கு எரிச்சலாய்டுச்சி. அவ கேட்க கேட்க தருவிச்சி, நான் அவ காலுங்க முன்னாடி வப்பேன். நீயே பார்த்துக்கன்றாப்ல. அவளுக்கு எதுவுமே பிடிக்கல. திடீர்னு அவ முகத்தைப் பார்க்குறேன். மெலிசான குரல்ல எங்கிட்ட அவ, "நீங்க செல்வம்தானே... நா பானுவோட கிளாஸ்மேட்" அப்டின்னா. அவளை எனக்கு அப்பத்தான் அடையாளம் தெரிஞ்சுது. ரெண்டு வருசத்ல செமையா மாறிட்டா. கூடவே வருவாளே பேருகூட ஏதோ யமுனான்னு வரும். அப்பறம் அவளுக்கு பத்து பாஞ்சு மாடல்ஸ் காமிச்சேன். அவ கால் ரெண்டையும் பற்றி நானே மாட்டிவிட்டேன். அவளுக்குப் பிடிச்ச ஹீல்ஸ்களுக்கு முதலாளி கிட்ட எனக்குத் தெரிஞ் சவங்கன்னு சொல்லி டிஸ்கவுண்ட் எல்லாம் வாங்கித் தந்தேன்.

வாசல்ல வழியனுப்பறவகையில கூட்டிப் போயி விட்டேன். என் கைல ஒரு துண்டுச்சீட்டை கொடுத்தா. "இது என் நம்பர். நைட் எட்டு டூ எட்டரை மாத்திரம் பண்ணா நா எடுப்பேன். வீட்ல டீ.வி. பார்ப்பாங்க. முந்தியோ பிந்தியோ பண்ணி நான் எடுக்கலைன்னா எதுனா பேர்சொல்லி கேட்டுட்டு வச்சிடுங்க"ன்னு போயிட்டா. .

அன்னிக்கு விட்டுட்டு அடுத்த நாள் ஃபோன் பண்ணேன். அவ எடுத்தா. நா ஜமுனான்னேன். அவ எங்கிட்ட கேஷுவலா நாலைஞ்சு நிமிஷம் பேசுனவ, "தெப்பக்குளத்துக்கு ஞாயித்துக்கெழமை வாங்க. சாயந்திரம் ஆறு மணிக்கு"ன்னு சொல்லிட்டு வச்சிட்டா.

எதுவோ என்னைய இயக்குச்சி. நா போனேன். பானு பத்தி கதை கதையா சொன்னா. பானுவுக்கு என்மேல லவ்வெல்லாம் இல்லையாம். சும்மா ஒரு கிக்குக்காக என்னைய நாய்மாதிரி அலையவிட்டாளாம். கொடைக்கானலுக்கு என்னைய வரவச்சி திரும்பி அனுப்புனது, "தன்மேல ஒருத்தன் எப்பிடி பைத்தியமா இருக்கான்"னு எல்லார் கிட்டயும் பீத்திக்கிறதுக்குத்தானாம். அவங்கப்பா பார்த்த மாப்பிள்ளையை கட்டீட்டு சிங்கப்பூர் போயிட்டாளாம். என்கிட்ட பழகுனதெல்லாம் ட்ராமான்னு அவ சொல்லும்போது எனக்கு அழுகை வந்திச்சி. நா அழுதேன். ஜமுனா எனக்கு ஆறுதல்சொன்னா. "உன்னை பார்த்தா பாவமா இருக்கும். அப்ப என்னால எதும் சொல்ல முடியல. நீ அவளுக்காக கையெல்லாம் அறுத்துக்கினேன்னு தெரிஞ்சு ரொம்ப ஃபீல் பண்ணேன். அதான் உன்னை பார்த்ததும் உண்மைகளை சொல்லிடலாம்னு நினைச்சேன்"னா. எனக்கு எதும் பேசத் தோணல. நான் கௌம்புறேன்னு, அவ கழட்டிவச்சிருந்த செருப்புகள்ல தன் காலை நுழைச்சிக்கிட்டா. நடந்து போயி பஸ் ஸ்டாப்ல நின்னுட்டிருந்தா. எனக்குள்ளே எல்லாத்தையும் அப்பழுக்கில்லாம நம்பிட்டிருந்த ஒருத்தன் செத்துட்டான்னு தோணுச்சி. இப்ப இந்த ஜமுனா பிள்ளை வந்து எங்கிட்ட தகவல் தெரிவிக்கிறதுகூட என்மேல உண்டான பரிதாபமா அல்லது பானுதான் இன்னமும்

அந்தக் கதையை எழுதிட்டிருக்காளான்னு தெரியல. எங்க போறதுன்னு தெரியாதவன் எந்தத் திசையில போனா என்ன?

எனக்கு எப்பமாச்சும் லைஃப் பிடிக்காட்டி கண்ணன் காலனில சிங்குன்னு ஒருத்தன் பொட்லம் விப்பான். அதை வாங்கி இழுத்தா மனசுக்கு இதமா இருக்கும்னு தோணிச்சி. ஆமாங்க. அது தேவமூலிகை. அரசாங்கம் வேற சொல்லும். அதை இழுத்தப்பறம் உலகம் நமக்கு வேண்டிய வண்ணங்கள்ல தெரிய ஆரம்பிக்கும். அன்னிக்கு எனக்கு அது ரொம்பத் தேவையா இருந்திச்சி. என்கிட்டேருந்தே ஒரு பழ வாசனை அடிச்சிது. நான் மழையில அழுதிட்டு வீட்டுக்கு எப்பிடி வந்து சேர்ந்தேன்னே தெரியல. மழையோட எல்லாத் துளிகளும் என்னைப் பார்த்து பானு சிரிக்கிறாப்ல தோணிச்சி.

எனக்கு பானுமேல கோவம் வர்ல. கோவமே வர்ல. அவ செய்ததெல்லாம் சரின்னு தோணுச்சி. எனக்கு என்னையப் பிடிக்கல. அவளுக்கும் பிடிக்கல. நாங்க ரெண்டுபேருமா சேர்ந்து என்னைய வெறுக்க ஆரம்பிச்சம். என் கையை அறுத்துக்கிட்டப்பவே செத்திருந்தா நல்லா இருந்திருக்கும், இன்னொரு தடவை அந்த முயற்சியை எடுக்க எனக்கு தைரியம் வர்ல. அந்த ஜமுனா என்கிட்ட சொன்ன எல்லாமே உண்மைகள்தான். ஆனாலும் அதையெல்லாம் நா நம்ப விரும்பல. எனக்குத் தேவையானதைத் தான் நான் உண்மைன்னு நம்ப விரும்புனேன். என் பானு நல்லவதான். அதைவிட முக்கியம் என் பானு ஒரு ராணி. அவ செய்றதெல்லாம் தப்பே கிடையாது. முந்தியவிட எனக்கு இப்ப பானுமேல ரொம்பவே ப்ரியம் கூடிடிச்சி. பானுன்னு நினைச்சாலே எனக்குள்ள எழுந்த மஞ்சக்கெழங்கு வாசனையும் அவ உடம்புலேருந்து பவுடரும் வியர்வெயும் கலந்து எழுந்த பானுவோட வாசனையும் என்னால மறக்கவே முடியல. முள்ளை முள்ளால எடுக்கணும்னு சொல்வாங்கள்ல. பானுவோட வாசனையை எனக்குள்ளேருந்து எப்பிடி எடுக்கன்னு தெரில எனக்கு. ஆனா எடுத்தே தீரணும்.

அதுக்கடுத்த காலம் ஒரே இழுவைதான். எனக்குள்ளேருந்து எதோ ஒண்ணை வெளியேத்தணும். சத்தியமா அது

52585

பானு இல்லை. எதுன்னு எனக்குத் தெரியல. இல்லாத நோவுக்கு எல்லாமே மருந்துன்ற கதையா, என்னைய நானே துரத்திட்டிருந்தேன். எனக்கு சிக்காம ஓடிக்கிட்டும் இருந்தேன். ஒரு நாள் பழங்காநத்தம் பாலத்துக்கடில நின்னுட்டிருந்தேன். சாயந்திரம் ஏழு மணி இருக்கும். என்னையக் கடந்து போன ஒரு ஆட்டோல பானு போறாப்ல இருந்திச்சி. என்னைப் பார்த்து சிரிச்சாப்ல தெரிஞ்சிச்சி. தொரத்திட்டு ஓடுனேன். ஓடுறதா நினைச்சேன்னுதான் சொல்லணும். என்னாச்சின்னா கடந்து போன கார் ஒண்ணு என்னைய வீழ்த்தி வலதுகால் முச்சூடும் கூழாய்டிச்சி. யாரோ வண்டி ஏத்தி ஜீ.ஹெச்.சுல சேர்த்தாங்க. எங்க வீட்ல எனக்குப் பைத்தியம் பிடிச்சிருக்குன்னும் பேய் பிடிச்சிருக்குன்னும் அழுதாங்க.

எழுந்து நடக்க ஆறு மாசம் ஆச்சி. சின்னதா ஒரு ஸ்டிக் வச்சிக்கிட்டு கெந்திக் கெந்தி நடக்க ஆரம்பிச்சேன். இப்ப ஒரு பெட்ரோல் பங்குல வேலை பார்க்குறேன். பெட்ரோல் நிரப்புர வேலை. எனக்கு இந்த வேலை ரொம்பப் பிடிச்சிருக்கு. இதுல கிடைக்குற சம்பளம்லாம் ஒரு மேட்டரே இல்ல. ஒவ்வொரு நாளும் ஆயிரக்கணக்கான லிட்டர் பெட்ரோலை என் கையில இருக்குற பம்ப்பால வெளியேத்துறேன். வண்டிகளோ, வாகனங்களோ, அதுல வர்ற முகங்களோ எதுவுமோ எனக்கு ஈர்ப்பில்லை. எனக்குத் தேவை வாசனை. பெட்ரோலால மட்டுந்தான் என்னை எப்பவுமே தன்னோட வாசனைக்குள்ளயே வச்சிருக்க முடியுது. பானுவோட வாசனையில்லை இது. ஒரு அன்பான தாசியோட மடியில எப்போதும் புதைஞ்சுகிடக்குற மாமன்னன் நான். நான் எழும்போதெல்லாம் என்னைப் பிடிச்சி இழுத்து விடாம என்னை கட்டியணைச்சிக்குது அந்த வாசனை. நா ரொம்ப சந்தோஷமா இருக்கேன் தலைவா. ரொம்ப ரொம்ப சந்தோஷமா இருக்கேன்.

•